தாய்லாந்து

திருவெம்பாவை

தாய்லாந்து

– தாய்நிலம் –

இளங்கோ

எதிர்
வெளியீடு

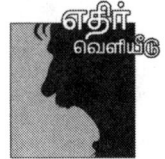

தாய்லாந்து
இளங்கோ

முதல் பதிப்பு: ஜனவரி 2023
எதிர் வெளியீடு,
96, நியூ ஸ்கீம் ரோடு, பொள்ளாச்சி – 642 002
தொலைபேசி: 98948 75084, 99425 11302

விலை: ரூ. 180

Thailand
Elanko

Copyright © Elanko
First Edition: January 2023

Published by
Ethir Veliyeedu, 96, New Scheme Road, Pollachi – 2
email: ethirveliyedu@gmail.com
www. ethirveliyeedu.com

ISBN: 978-93-90811-89-2
Cover Design: Vijayan
Cover Art: Nila Mathivannan
Printed at Jothy Enterprises, Chennai.

All rights reserved. No part of this book may be reprinted or reproduced or utilised in any form or by any electronic, mechanical or other means, now known or hereafter invented, including Photocopying and recording, or in any information storage or retrieval system, without permission in writing from the Publisher.

இளங்கோ

யாழ்ப்பாணம் அம்பனையில் பிறந்தவர். ஈழத்திலிருந்து போரின் நிமித்தம் தனது பதினாறாவது வயதில் கனடாவுக்குப் புலம்பெயர்ந்து தற்போது ரொறொண்டோவில் வசித்து வருகிறார். கவிதைகள், சிறுகதைகள், நாவல் தவிர, 'டிசே தமிழன்' என்னும் பெயரில் கட்டுரைகளும், விமர்சனங்களும், பத்திகளும் பல்வேறு இதழ்களிலும், இணையதளங்களிலும் எழுதி வருகின்றார். இது இவரது ஏழாவது நூல்.

இதுவரை வெளிவந்துள்ள பனுவல்கள்:

நாடற்றவனின் குறிப்புகள் (2007) – கவிதைகள்
சாம்பல் வானத்தில் மறையும் வைரவர் (2012) – சிறுகதைகள்
பேயாய் உழலும் சிறுமனமே (2016) – கட்டுரைகள்
மெக்ஸிக்கோ (2019) – நாவல்
உதிரும் நினைவின் வர்ணங்கள் (2020) – திரைப்படக் கட்டுரைகள்
ப்யூகோவ்ஸ்கி கவிதைகள் (2021) – மொழிபெயர்ப்பு

'மெக்ஸிக்கோ' நாவல் பிரபஞ்சன் நினைவு நாவல் போட்டியில் 2019 –இல் பரிசையும், 'நாடற்றவனின் குறிப்புகள்' தமிழ்நாடு கலை இலக்கியப் பெருமன்றத்தின் 'ஏலாதி' இலக்கிய விருதை 2008-இலும் பெற்றிருக்கிறது.

தொடர்புக்கு: elanko@rogers.com
இணையதளம்: www.djthamilan.blogspot.com

மயூரதிக்கும்
நிலாவுக்கும்..!

01

இந்தியாவிற்கான எனது பயணம் சில மாதங்களுக்கு முன்பே திட்டமிடப்பட்டிருந்தது. சென்னையிலிருந்த ஒரு பெண்ணை நெடுங்காலமாய்க் காதலித்துக்கொண்டிருந்த நண்பனொருவன், தனது திருமணநாளை எங்களுக்கு இலைதுளிர்காலத்தில் அறிவித்தான். இங்கிருந்து எல்லோராலும் அவ்வளவு தூரம் பயணித்து வர இயலாத சென்னையில் நிகழும் மணவிழாவில், நீ மட்டுமாவது கட்டாயம் வரவேண்டுமென எனது கையைப் பிடித்துச் சொல்லியுமிருந்தான். வேலையில் என் 'சுடுதண்ணீர்' மானேஜரிடம் விடுமுறை கேட்க அவமானப்படவேண்டுமே என்பதைவிட, இப்படி கோடை எரிக்கும் மாதத்தில் அங்கே திருமணத்தை இவன் வைக்கின்றானே என்ற எரிச்சலே எனக்கு அதிகம் வந்தது.

போவதற்கு அவ்வளவு விருப்பமில்லாது விட்டாலும், என் ஒவ்வொரு காதலிலும் தோற்று, நான் வேதனைப்படும்போது 'ஏன் இதற்காக எல்லாம் வீணாகக் கவலைப்படுகிறாய், நிறைய மீன்கள் இன்னமும் இந்தக் கடலில் இருக்கின்றன' என்று தேற்றி என்னை இயல்புக்குக் கொண்டு வருகின்றவன் அவன். அதனால் மறுக்கவும் முடியவில்லை. அவன் குறிப்பிடும் கடல் அருகிலிருக்கும் அத்திலாந்திக்கா அல்லது மறுகரையின் பசுபிக்கா என்பதை அவன் ஒருபோதும் தெளிவுபடுத்தியதில்லை. எந்தக் கடலின் எந்த மூலையில் இந்தப் பெண்கள் இருக்கின்றார்கள் என்பதை அவனது திருமண நாளிலேயே கேட்கலாமென்று முடிவு செய்து, நான்கு வாரங்களுக்கான ரிக்கெட்டை எப்போதோ வாங்கியிருந்தேன்.

வாழ்க்கையில் எல்லாமே திட்டமிட்டபடி நிகழ்வதுமில்லை. ஏதோ பிரச்சினை காதலர்களுக்குள் புகைந்து அவர்கள் பிரிய, இறுதி நேரத்தில் திருமணம் நிறுத்தப்பட்டது. அழகான தொலைதூரக்

காதல் இப்படியாயிற்றே என வருந்தியபடி பயண முகவருக்குத் தொலைபேசினால், வாங்கப்பட்ட ரிக்கெட்டுக்கு திருப்பிக் காசு தரமுடியாது, இந்தியாவிற்குச் செல்வதைத் தவிர வேறு வழியில்லை எனக் கையை விரித்தார். எவ்வளவோ செலவு செய்யும் ஆடம்பரமான திருமணங்களைக் கூட இப்போது எளிதாய் நிறுத்த முடிகிறது, வாங்கிய ரிக்கெட்டை மட்டும் இரத்துச் செய்ய முடியவில்லையே என தலைவிதியை நொந்தபடி, வருவது வரட்டுமெனத்தான் இந்தப் பயணத்தைத் தனித்து ஆரம்பித்தேன்.

சென்னையில் வந்திறங்கியதும், நான் வடபழனியில் ஏவிஎம் தியேட்டருக்கு எதிர்ப்பக்கமாய் இருந்த விடுதியொன்றில்தான் தங்கினேன். ஆடைகள் அனைத்தையும் கழற்றி எறிந்துவிட்டு நிர்வாணமாகத் திரி என்கின்ற மாதிரி வெயிலும் கொளுத்திக் கொண்டிருந்தது. வழமையாய் வெளிநாட்டிலிருந்து செல்கின்றவர்கள் ஒன்று கோயில் கோயிலாகத் தேடி அலைந்து கொண்டிருப்பார்கள். இல்லாவிட்டால் தி.நகரிலுள்ள புடைவைக் கடைகளில் ஏறியிறங்கிக் காசைக் கரியாக்கிக் கொண்டிருப்பார்கள். எனக்கு இரண்டுமே ஒத்துக்கொள்ளாததால் விடுதிக்குள் நின்றபடி என்ன செய்யலாம் என யோசித்துக் கொண்டிருந்தேன்.

முகநூலை, ரொறொண்டோவில் விமானம் ஏறிய பிறகு திறக்காதபடியால், அதற்குள்ளே நுழைந்து பார்த்தேன். பசிக்கவும் தொடங்கியிருந்தது. அருகிலிருந்த முருகன் இட்லிக்கடையில் ஏதாவது வாங்கிச் சாப்பிடலாமெனப் புறப்படத் தொடங்கியபோது, என் முகநூல் மெஸெஞ்சரில் பெண்ணின் பெயரில் சில புதிய மெஸேஜ்கள் மின்னத் தொடங்கின. அவரோடான சம்பிரதாய அறிமுகங்கள் நிகழ்ந்து முடிய, என்ன செய்துகொண்டிருக்கின்றீர்கள் எனக் கேட்டேன். புகைபிடித்துக் கொண்டிருக்கின்றேன் என்றார். தான் செய்யும் எதையும் மறைக்காமல் இப்போதுதான் அறிமுகமாகும் என்னிடமே சொல்லும் அவரது துணிவு எனக்கு ஆச்சரியமாக இருந்தது. தொடர்ந்து அங்குமிங்குமாய் எதையெதையோ பேசிக் கொண்டிருக்கும்போது தன்னால் இரவுகளில் இயல்பாய் நித்திரை கொள்ள முடியாத அவதியைப் பற்றிக் கூறத் தொடங்கினார்.

என்னோடு நிறைய நாட்கள் பழகிய ஆண்களே அவர்களின் தனிப்பட்ட சிக்கல்களைப் பகிரத் தயங்கும்போது, இவர் அவ்வளவு எளிதாக தன் அந்தரங்கமான சில விடயங்களைச்

சொல்லிக் கொண்டிருந்தது வியப்பாக இருந்தது. நீங்கள் புகைப்பதுண்டா எனக் கேட்டார். எப்போதாவது எனச் சொல்லிச் சமாளித்தேன். பல்வேறு சிக்கல்களால் தனக்குத் தூக்கம் வராது போனபோது முதலில் தூக்கமாத்திரை, தியானம், வைன் என எல்லாம் முயற்சித்துத் தோற்றபின், இது மட்டுமே இப்போதைக்குத் தூக்கத்தைக் கொண்டு வருகின்றது என்றார். அது என்ன வகையான புகைத்தல் என்பதை அவர் சொல்லாமலே என்னால் எளிதாகப் புரிந்து கொள்ளக்கூடியதாக இருந்தது.

உங்களுக்கு என்ன பிரச்சினை இருக்கிறதென பேச்சின் இடையே வழிமறித்துக் கேட்டேன்.

'ஒன்றல்ல, நிறையச் சிக்கல்கள். பாத்திரமொன்றில் நீர் நிரம்பி இருந்தாலும், நிரம்பி இருக்காதது போல ஓர் அசாத்திய மௌனத்தை நீங்கள் உணர்ந்ததுண்டா? ஆனால் மேலதிமாக ஒரு துளி விழுந்தவுடன், இவ்வளவு நீர் எங்கே இருந்ததென எல்லாமே சட்டென்று நிரம்பி வழியத்தொடங்குமே, அவ்வாறே எனது உள்ளம் எப்போதும் பிரச்சினைகளால் நிரம்பிக் கொண்டிருக்கின்றது. ஏதேனும் ஒரு சின்ன சிக்கலைச் சந்தித்தாலே போதும், நான் என்னையிழந்து அவிழ்க்க முடியாத புதிர்களின் பெரும் பள்ளத்தாக்கில் சரிந்து வீழ்ந்துகொண்டிருக்கின்றேன்' என்றார்.

'நாமெல்லோருமே பிரச்சினைகளின் பாத்திரங்களால் தளும்பிக் கொண்டிருப்பவர்கள். அவிழ்க்க முடியாத புதிர்களை மனம் ஒருபோதும் பின்னுவதில்லை. சிக்கல்களை வழித்துத் துடைத்து வெற்றிடமாக்கும் வித்தையும் நமக்குள்ளே இருக்கின்றன தானே' என்றேன். அவருக்கு ஆறுதல் சொல்கின்றேனா அல்லது எனக்கு நானே ஆறுதற்படுத்திக் கொள்கின்றேனா என்று எனக்குள்ளும் இப்போது சந்தேகம் வரத்தொடங்கியிருந்தது.

'இருக்கலாம். ஆனால் நான் அதற்கான காலத்தைக் கடந்து விட்டேன்' என்றார் விரக்தியுடன். பிறகு மேலும் மேலும் எதையோ கதைத்தபடி அவர் மறுமுனையில் தூங்கியும் போனார்.

02

அவரோடு கதைத்ததன் பிறகு நான் முருகன் இட்லிக்கடையில் போய்ச் சாப்பிட்டுவிட்டு அருகிலிருந்த மூலைக்கடையில் ஒரு சிகரெட்டை வாங்கிப் பற்றவைத்துக் கொண்டிருந்தேன். கடையின் ஓரத்தில் ஜூனியர் விகடனும், நக்கீரனும் சூடான அரசியல் தலைப்புகளுடன் தொங்கிக் கொண்டிருந்தன. மறுகரையில் சினிக்கூத்திலும், வண்ணத்திரையிலும் நடிகைகள் அவர்களுக்கு இயல்பாய் இருக்கும் வளைவுகளை இன்னும் கூட்டி, அபாயத்தின் வளையத்திற்குள் பார்ப்பவரை அழைத்துச் சென்று கொண்டிருந்தனர். பற்றியெரியும் அரசியலுக்கும், தன்னிருப்புச் சார்ந்த காமத்துக்கும் இடையில் அலைபாயும் தமிழ்மனந்தான் எத்தனை விநோதமானது என நினைத்துக்கொண்டேன்.

எதிரேயிருந்த ஏவிஎம் ராஜேஸ்வரி தியேட்டரில் ஏதோ படமொன்று ஓடிக்கொண்டிருந்தது. அவ்வளவு காலையிலேயே திரைப்படம் பார்க்க அலைமோதிய கூட்டத்தைப் பார்க்க வியப்பாயிருந்தது. இவ்வளவு வெக்கை, இத்தனை நெருக்கமான கூட்டத்திற்கிடையிலும், தம் அழகை விசிறியபடி பெண்கள் இன்னொரு பக்கத்தில் இயல்பாய் நடந்து போய்க் கொண்டிருந்தனர்.

ஆட்கள் அவ்வப்போது வீதியில் எழுந்தமானமாய்த் துப்பிச் செல்லும் கெரில்லாத் தாக்குதல்களிலிருந்து என்னைக் காப்பாற்றிக் கொண்டு வடபழனி பஸ் நிலையம்வரை செல்லத் தொடங்கினேன். ஒருவர் பழைய புத்தகங்களை நடைபாதையில் பரப்பி விற்றுக்கொண்டிருந்தார். நான் ஏதாவது நல்ல புத்தகங்கள் கிடைக்கின்றனவா என்று பார்த்தபடி கடைக்காரரோடு கதை கொடுத்தேன். அவர் இப்படிப் புத்தகம் விற்று, நாளாந்த செலவிற்குப் போதுமான அளவுக்குக் கூடப் பணம் வராவிட்டாலும், புத்தகங்களின் மீதிருக்கும் நேசத்தால் இதை நீண்டகாலமாகச் செய்கின்றேன் என்றார்.

எழுதுவதற்காகவே நாளாந்த வாழ்க்கையிலிருந்து விலகி, அதில் மூழ்கித் தம்மைத் தொலைத்த படைப்பாளிகள் எல்லாம் கண்முன்னால் வந்தார்கள். எல்லாவற்றையும் தொலைத்து, எழுதுவதில் எது அப்படி வெறித்தனமாய் ஈடுபடச் செய்ததென நினைக்க ஒரு பக்கத்தில் திகைப்பும் இன்னொரு பக்கத்தில் பதட்டமும் எனக்குள் வந்திருந்தது. அங்கிருந்த சில மொழிபெயர்ப்பு நூல்களை வாங்கிவிட்டு, கடைக்காரரிடம் விடைபெற்று மேலும் நீள நடக்கத் தொடங்கினேன்.

நான் வடபழனி பஸ் நிலையத்தில் நின்று, எங்கும் போகாத பஸ்ஸிற்காய்க் காத்துக் கொண்டிருக்கத் தொடங்கினேன். அதிலிருந்த பெஞ்சில் இருந்தபடி பஸ்சினுள் ஏறும், இறங்கும் பயணிகளைப் பார்ப்பது சுவாரசியமாகத் தெரிந்தது. தமது நகரம் இதுவென எவ்விதப் பயமுமில்லாது கடந்து போகின்றவர்களையும், புது நகரத்தில் வந்திறங்கி எந்தத் திசையில் அடுத்துச் செல்வதென திகைத்து நின்றவர்களையும், அங்கிருந்த கொஞ்ச நேரத்திலேயே பிரித்தெடுக்கும் கலையை நானும் கற்றுக் கொள்ளத் தொடங்கியிருந்தேன்.

தொடக்கத்தில் ஏதோ ஒரு காரணம் இருந்து ஆரம்பிக்க இருந்த இந்தப் பயணம், இப்போது எந்தக் காரணமுமில்லாது நிகழ்ந்து கொண்டிருப்பதாய்த் தோன்றியது. சிலவேளைகளில் பயணத்தில் ஏதேனும் ஒரு பட்டியலை வைத்தபடி அவை எல்லாவற்றையும் செய்ய வேண்டும் என்று அரக்கப்பரக்க ஓடாது, இப்படி ஒன்றுமேயில்லாது திறந்த மனதுடன் வருவது வரட்டுமென இருப்பது கூட பரவாயில்லையென்ற நினைப்பும் எனக்குள் சுழித்தோடியது.

பஸ் நிலையத்தில் வேடிக்கை பார்த்துக் கொண்டிருந்தபோதுதான் ஓர் எண்ணம் வந்தது. ஏதேனும் பஸ்சில் ஏறிச் சும்மா சுற்றிப்பார்த்தால் என்னவென்று தோன்றியது. அருகில் நின்றவரிடம் மெரீனா கடற்கரையோரமாக எந்தப் பஸ் போகுமெனக் கேட்டு ஏறினேன். அரசுப்பேரூந்து என்பதால் இலங்கையில் இருக்கும் வசதிகளைப் போல, உள்ளே இருக்கைகள் அவ்வளவு நசிந்து கிழிந்து போயும், அவசரத்துக்கு இழுத்து மூடுவதற்கு கண்ணாடிகள் எதுவுமின்றி யன்னல்களும் இருந்தன. எனக்கு முன்னிருந்த ஒரு பெண் தலையில் சூடியிருந்த பூச்சரத்திலிருந்து வாசம் வந்து கொண்டிருந்தது. காலையில் நீராடிவிட்டு சரியாகத் தலையை உலர்த்தாது வந்திருப்பாரோ தெரியவில்லை. கூந்தலிருந்து மெல்லியதாய் நீர்த்துளிகள் திரண்டு உதிர்ந்தபடி இருந்தன. கண்ணாடி உலகுகள்

கண்முன்னாலே உருவாகி, அந்தக்கணத்திலேயே உடைந்து உடைந்து உருவமற்றுப் போய்க் கொண்டிருந்தன.

இதைத் தொடர்ந்து நிதானமாக இரசிக்கமுடியாது, பேருந்திற்குச் சமாந்தரமாய் நகர்ந்து போய்க்கொண்டிருந்த வாகனங்கள் நாரசாரமாக ஹோரன்களை ஒலிக்கவிட்டு கவனக்கலைப்பானாகி எரிச்சலூட்டத் தொடங்கின. இந்தளவு இரைச்சலோடும், நெரிசலோடும் வாழ்ந்துகொண்டு நகரங்களிலிருந்து கலைகளை நிகழ்த்துபவர்களையும், நிம்மதியாக இருந்து எழுதுபவர்களையும் தலைநிமிர்ந்து மரியாதையுடன் பார்க்கத்தான் வேண்டும். எனக்கென்றால் இந்தச் சத்தம் தலையிடியைத்தான் கொண்டு வந்திருந்தது. பஸ் எங்கெங்கோ எல்லாம் சென்று மகாத்மா காந்தி சிலையடியில் என்னை இறக்கி விட்டிருந்தது. காந்தி சிலையைத் தாண்டிப் போய், மெரீனா பீச் தெருவால் நடந்து போகத் தொடங்கினேன்.

காந்தியோடுதான் எனக்குச் சில பிணக்குகள் இருக்கின்றதென்றால், நமது அவ்வையாரை அவ்வளவு எளிதில் கடந்து போக முடியாதென்று அவ்வை சண்முகம் சாலையில் தடியூண்டிக் கொண்டிருந்த ஔவையார் சிலையருகில் போய் கொஞ்ச நேரம் ஓய்வெடுத்தேன். கள்ளுக் குடித்து, இளமைத் துடிப்போடு வாழ்ந்த ஔவையாரை அவ்வண்ணமே சிலையாக்கியிருந்தால் இன்னும் கூடப்பேர் ஔவையாரை நெருங்கியிருப்பார்களோ என்ற எண்ணம் அவரை அண்ணாந்து பார்த்தபோது எனக்குள் துள்ளியோடவும் செய்தது.

இந்தச் சமூகம் ஒரு பக்கம் ஒழுக்கம் என்ற அதீதமான போர்வையைப் போர்த்திக் கொண்டு, இன்னொரு பக்கம் பூனை கண்ணை மூடிக் குடிப்பது போல காமத்திற்கும் அலைந்துகொண்டிருப்பதன் இரட்டை நிலைமையை நினைத்துக் கொண்டு போக பாரதிதாசன் கம்பீரமாக நின்றார். அவரின் காதல் பாடல்களை ஒருமுறை நினைவூட்டுவோம் என்றால் எதிரே விவேகானந்தர் இல்லம் எல்லா இச்சைகளையும் அடக்கு என்னுமாப் போல தெளிந்த வானத்தினூடு எழுந்து நின்றது.

'வேரில் பழுத்த பலா' போன்ற பாரதிதாசனின் காதலும் வேண்டாம், விவேகானந்தரின் துறவும் வேண்டாமென, 'கால்நொந்தேன் நொந்தேன், கடுகி வழிநடந்தேன், யான்வந்த தூரம் எளிதன்று' என்று அவ்வையார் சொன்னதை நினைவூட்டிக்கொண்டு, வாங்கிக்கொண்டு வந்த புத்தகத்தோடு கடற்கரையில் போய் அமர்ந்தேன்.

03

சென்னையில் தொடர்ந்து நின்று எனக்கு என்ன செய்வதென்றும் தெரியவில்லை. நெருங்கிய நண்பர்கள் என்று சேர்ந்து உலாத்த நகரில் எவரும் இருக்கவுமில்லை. ஏதேனும் இடங்களைச் சுற்றிப் பார்க்கலாமென்று நினைத்து வெளியே இறங்கினால் கடும் வெயிலும், வாகனங்களின் பெருஞ்சத்தமும் எனக்குள் பதகளிப்பை ஏற்படுத்திக் கொண்டிருந்தன.

அப்போதுதான் எனக்குத் தெரிந்த நண்பரொருவர் திருவண்ணாமலையில் இருப்பது நினைவுக்கு வந்தது. நாங்களிருவரும் ஒரே பல்கலைக்கழகத்திற்கு கனடாவில் சென்றிருந்தவர்கள். அவர் எனக்குச் சீனியர் என்றாலும் இறுதி வருடங்களில் நான் அவரோடு மிக நெருக்கமானவன். பல்கலைக்கழக வளாகம் தாண்டி வந்தபின்னர் இன்னும் நெருக்கமான நட்பு எங்களுடையது.

வாழ்க்கையில் எங்களைச் சந்தர்ப்பங்கள் பல தடவைகள் கொண்டாட்டமாகத் தட்டியபோதும் *'Dump and Dumper'* திரைப்படத்தில் வருவதைப் போல தவற விட்டவர்கள். ஆனால் அதைப்பற்றிய எந்தக் கவலையோ, முறைப்பாடுகளோ எங்களுக்கு இருந்ததில்லை. அவரைச் சென்னையில் இருந்து தொடர்புகொள்ள, உடனேயே புறப்பட்டு திருவண்ணாமலைக்கு வரச் சொன்னார்.

சென்னை கோயம்பேடு பஸ் நிலையத்தில் பல பஸ்கள் திசைக்கொன்றாகப் புறப்பட்டுக் கொண்டிருந்தன. சனம் அவ்வளவு நெருங்கியடிக்காத ஓர் அரசு பேரூந்தில் ஏறி உட்கார்ந்தேன். பகல் என்பதால் வெக்கை இருக்கையிலும் படரத் தொடங்கியிருந்தது. பஸ் புறப்படத் தொடங்கிய இறுதி நேரத்தில் ஒரு வெள்ளைக்கார இணை ஓடிவந்து ஏறி எனக்கருகில் அமர்ந்தனர். அவர்கள் தங்களை ஜேர்மனியில் இருந்து வருகின்றவர்களென அறிமுகப்படுத்தினர்.

வந்தவர்களில் பெண் ஒரு பெரிய புகைப்படக் கருவியைக் கழுத்தில் மாட்டியிருந்தார். பின்னர் அவரொரு புகைப்படக் கலைஞரென்பதை அறிந்துகொண்டேன்.

நண்பர் எனக்காகத் திருவண்ணாமலை பஸ் நிலையத்தில் காத்திருந்தார். நாங்களிருவரும் ஒரு ஓட்டோவை எடுத்து அவரின் வீட்டில் போய் இறங்கினோம். நண்பனின் வீடு வயல்களுக்கு நடுவே அமைந்திருந்தது. மாலைப் பொழுதில் இரண்டு கதிரைகளை முற்றத்தில் இழுத்துப் போட்டபடி, எங்களின் பழைய நினைவுகளையும், இடைப்பட்ட காலங்களில் பகிராத அனுபவங்களையும் மனந்திறந்து நள்ளிரவு தாண்டியும் கதைத்துக் கொண்டிருந்தோம். எங்களின் கைகளில் அருந்துவதற்கான பானமும், கொறிப்பதற்கான *nuts*களுமிருக்க, அருணாச்சல மலை எங்களின் எல்லாக் கதைகளுக்கும், சட்டென்று நம்மிருவருக்கு இடையே எழுந்த பெரும் மௌனங்களுக்கும் அசையாய்ச் சாட்சியமாய் நின்று கேட்டுக் கொண்டிருந்தது.

நான் ரமணாச்சிரமத்திற்கு எதிரேயிருந்த குவாடீஸிற்கு அடிக்கடி போகத் தொடங்கினேன். அழகான வடிவமைப்போடு மிகுந்த அமைதி தரும் இடமாய் அது இருந்தது. இதை எல்லாவற்றையும் விட, சுவையான தேநீரும், அருமையான மரக்கறிச் சாப்பாடும் குறைந்த விலைக்குக் கிடைத்துக் கொண்டிருந்தன. நான் அதன் மேலே நிறைய மரஞ்செடிகளோடு சூழவிருந்த மொட்டைமாடியில் இருந்து மலையைப் பார்த்துப் பார்த்து எனக்குள் தொலைந்து கொண்டிருந்தேன்.

அப்படி திருவண்ணாமலையைச் சுற்றிக் கொண்டிருந்தபோது அறிமுகமான ஒருவர் அருகிலிருக்கும் ஜவ்வாதுமலையைப் பற்றி நிறையச் சொன்னார். அத்தோடு அந்த மலைப்பக்கமாய்ப் போய் எடுத்த பல்வேறு வகையான புகைப்படங்களையும் அவர் காட்ட, எனக்கும் என் வளாக நண்பருக்கும் ஜவ்வாது மலைக்குப் போகும் ஆசை பொங்கத் தொடங்கிவிட்டது. ஜவ்வாது மலையைப் பார்ப்பதென்றால் விடிகாலை நாலரை மணியளவில் திருவண்ணாமலையிலிருந்து பஸ் போகும். அங்கிருந்து மலையின் அடிவாரத்திற்குப் போய், பிறகு வேறொரு பஸ் எடுத்துப்போகவேண்டும் எனச் சொன்னார்கள்.

நானும் நண்பரும் கனடாவிலும் அமெரிக்காவிலும் சேர்ந்து நிறையப் பயணித்திருக்கின்றோம். பயணத்தைத் தொடங்குவதே

முக்கியம், எங்கே போய்ச் சேர்வது என்பது அவ்வளவு அவசியமில்லை என்பது மாதிரி எங்களின் பயணங்களும் நாம் செல்லவிரும்பும் இடங்களை விட திசைகளைத் தொலைத்து வேறெங்காவதுதான் இறுதியில் சென்று முடியும். அந்தளவிற்கு நாங்கள் ‘வரைபடங்களை’ நன்றாக வாசிக்கத் தெரிந்தவர்கள்.

ஜவ்வாதுமலையின் அழகைப் பற்றிக் கேள்விப்பட்டவுடன், நண்பர் உடனே அங்கே போகவேண்டுமெனச் சொல்லிவிட்டார். எனக்கோ ஒழுங்கான ஆயத்தங்களில்லாது செவிவழிக் கதையைக் கேட்டு மட்டும் போகமுடியுமா என்கின்ற தயக்கம் இருந்தது. பஸ்சில் போவதில்லை, உள்ளூருக்குள் சும்மா ஓடிக்கொண்டிருந்த ஒரு மோட்டார்சைக்கிளில்தான் போவதென்றும் அவர் கூறிவிட்டார். நூற்றைம்பது கிலோமீற்றர்கள் தாண்டிய மலையேறும் சாகசத்திற்கு இது போதுமா என்பதைப்பற்றி நாங்கள் யோசிக்கவில்லை. விடிகாலை என்னை எழுப்பிவிட்டதோடு மட்டுமில்லாது, அன்றைய இரவு சிலவேளைகளில் எங்கேயாவது தங்க வேண்டியும் வரலாம், கூடவே மாற்றுடைகளையும் கொண்டுவரச் சொல்லி என்னை மேலும் அவர் பயமுறுத்தினார்.

04

இருள் பிரியா விடிகாலையில் மோட்டார் சைக்கிளில் சீறிப்பாய்ந்து கொண்டிருந்தபோது எனக்கு ‘சே’யின் மோட்டார் சைக்கிளின் பயணத்தைப் போல ஒரு கிளர்ச்சி எழுந்தது. ஆனால் யமுனா ஜவ்வாது ஊரைக் கடந்தபின் மனிதர்களை அவ்வளவு காணமுடியாது தெரு வெறிச்சோடியிருந்தது. மலையின் மீது மேலே மேலே மேலும் செல்லும் பயணம். நிறைய கொண்டை ஊசி வளைவுகள். குளிர் இன்னுமின்னும் அதிகரிக்கவும் தொடங்கிவிட்டது. எனினும் எதிரே தெரிந்த மலைகளும், மரங்களும் மிகுந்த குதூகலத்தை மனதிற்கு கொண்டு வந்திருந்தன.

குளிர் கூடக்கூடப் பசிக்கத் தொடங்கியது. அத்தோடு தண்ணீர், சிற்றுண்டிகள் போன்ற எந்த அத்தியாவசிய பொருட்களையும் நம் பயணப்பொதிகளில் வைத்திருக்காதது தெரிந்தபோது, நாம் இன்னமும் மாறாத அசலான *Dump and Dumper* தான் என்று எங்களுக்குள் நினைவுபடுத்தி அந்தப் பசிக் கொடுமையிலும் சிரித்துக்கொண்டோம். எங்கேயாவது ஒரு கடை தென்படாதா என ஒவ்வொரு மூலைமுடுக்குகளிலும் தேடிக்கொண்டே போனோம். அவ்வப்போது சில மோட்டார் சைக்கிள்கள் எதிர்ப்புறத்தில் வந்ததைத் தவிர பெரும் அமைதியாகப் பாதை இருந்தது.

பசி வந்தால் பத்தும் பறந்துபோகும் என்பார்கள். எனக்கு பசி வரும்போது நான் யாரென்றே தெரியாத அளவுக்கு கொடூரமான ஒருவனாய் மாறிப்போகின்றவன். இப்படி கடைகளே இல்லாத இடத்துக்கு கூட்டி வந்த நண்பனை மனதுக்குள் திட்டத் தொடங்கியிருந்தேன். நல்லவேளையாக நமக்கு பசியாற்ற வந்த அமுதசுரபியாய் ஒரு சின்னக்கடை எதிரே தென்பட்டது. ஒரு முஸ்லிம் குடும்பத்தினர் அந்தக் கடையை வைத்திருந்தனர். நாங்கள் பிஸ்கட்டுக்களையும் சோடாக்களையும் வாங்கிக் கொண்டோம்.

அதிகாலைக் குளிருக்கு தேநீர் குடித்தால் நல்லதென நினைத்து எங்களுக்குத் தேநீர் கிடைக்குமா எனக் கேட்டோம். தாங்கள் தேநீர் விற்பதில்லை எனச் சொல்லிவிட்டு பின்னர் சற்று யோசித்துவிட்டு, இருங்கள் தேநீர் தயாரித்துத் தருகின்றேனென அந்தக் கடையில் நின்ற பெண் சொன்னார். கடையோடு இருந்த வீட்டில் அவர்கள் தேநீர் தயாரிக்க, நாங்கள் அந்த பெண்ணோடும் அவரின் தாயாரோடும் கதைக்கத் தொடங்கினோம்.

அவர்கள் தாங்கள் மட்டுமே இந்த இடத்தில் ஒரு முஸ்லிம் குடும்பம் எனவும், தற்சமயம் இந்தப் பெண்ணின் கணவர் இன்னொரு நகருக்குப் போயிருக்கின்றார் எனவும் தம் குடும்பத்தைப் பற்றிச் சொல்லிக்கொண்டிருந்தார்கள். நிறையக் கோழிகள் தாங்கள் வளர்த்ததாகவும் ஆனால் யாரென்று தெரியாமல் கோழிகளை களவெடுத்துப் போய்க்கொண்டிருந்ததால் இப்போது கோழிகள் வளர்ப்பதில்லை எனவும் தம் கவலையையும் சொன்னார்கள். சிறிது நேரத்திற்குள்ளேயே மிக நெருக்கமானவர்கள் போல அவர்கள் தங்கள் வாழ்க்கையின் ஒரு குறுக்குவெட்டு முகத்தைப் பகிர்ந்துகொண்டார்கள். எனது நண்பர் நல்லதொரு புகைப்படக்காரர். அந்த வயதுபோன அம்மாவைப் படம் பிடிக்கலாமாவெனக் கேட்டு படங்களைத் தூரக்கோணத்தில் வைத்து எடுத்துக் கொண்டிருந்தார். குளிருக்கு மிக நன்றாகத் தேநீர் இருந்தது. இரண்டு பேருக்கும் மேலாக அவர்கள் எங்களுக்குத் தேநீர் தயாரித்தும் இருந்தனர்.

இன்னும் அருந்துங்களென மேலும் தேநீர்க் கோப்பைகளை நிரப்பினர். யாரென்று தெரியாத அந்நியர்களுக்காய் அவர்கள் இப்படி நேரமெடுத்து தேநீர் தயாரித்ததில் மனம் நெகிழ்ந்திருந்தது. அதுமட்டுமில்லாது தேநீருக்கான பணத்தைக் கொடுத்தபோதும் அதை வாங்க மறுதலித்து, எங்கள் வீட்டுக்கு விருந்தாளிகள் வந்தால் தேநீர் கொடுக்க மாட்டோமா? அதற்கெல்லாம் பணம் வாங்குவோமா என்ன? என்றபோது நாங்கள் மிகவும் நெகிழ்ந்திருந்தோம். ஏன் அடிக்கடி தெரியாத இடங்களுக்குப் பயணிக்கவேண்டும் என்பதற்கான ஒரு காரணத்தை நான் கண்டடைந்து கொண்ட தருணமது.

எப்படியெனினும் எங்கள் நன்றியறிதலை இதற்குத் தெரிவிக்க வேண்டுமென்பதற்காய், எங்களுக்குத் தேவையான பிஸ்கட், சிப்ஸ்களுக்கு மேலாக தின்பண்டங்களை வாங்கிக்கொண்டு

அவர்களிடம் விடைபெற்றுப் புறப்பட்டோம். எங்களின் திட்டத்தில் முதலில் வீமன் நீர்வீழ்ச்சியைப் பார்ப்பதாய் இருந்தது. எதிரே வரும், கடந்து போகும் ஆட்களிடம் ஒருமாதிரியாக இடம் விசாரித்து நீர்வீழ்ச்சியைச் சென்றடைந்திருந்தோம். ஆனால் அப்போது நீர்வீழ்ச்சியிற்கான பருவம் இல்லையென்றபடியால் நீர் கொஞ்சமாகவே இருந்தது. எவருமேயில்லாத அந்த நீர்வீழ்ச்சிக்கருகில் புகைப்படங்களையும், பக்கத்திலிருந்த புளியமரங்களில் புளியங்காய்களைப் பிடுங்கித் தின்றபடியும் அடுத்து ஒரு ஏரியிற்குப் போகத் தயாரானோம்.

அங்கும் பெரிதாய் எவரையும் காணவில்லை. ஏரிக்குள் ஓடும் படகொன்றை வாடகைக்கு வைத்திருந்த சிறுவன் ஒருவன் மட்டும் 'அண்ணா சவாரிக்கு வருகின்றீர்களா?' எனக் கேட்டான். எங்களுக்கு படகுச்சவாரி செய்ய ஆசையிருந்தாலும், குள்ளர்மலைக்குப் போவதே எங்களின் பயணத்தின் முக்கியபுள்ளியாக இருந்ததால், பின்னொருமுறை நேரமிருந்தால் வருகின்றோமென கூறிவிட்டு ஏரியைச் சுற்றிப் பார்க்கத் தொடங்கினோம். ஒரு கரையில் நாற்றுக்களை பெண்களும் ஆண்களுமாய் நட்டுக்கொண்டிருந்தார்கள். அந்தக் காட்சிகளை நிதானமாய்ப் புகைப்படம் எடுக்க ஆசையிருந்தாலும், அவர்கள் என்ன சொல்வார்களோ என்ற அச்சத்தில் மோட்டார்சைக்கிளில் இருந்தபடியே எடுத்துக்கொண்டோம்.

இப்படித்தான் ஒருநாள் செஞ்சிக்கோட்டையிற்குப் போனபோது, இடையில் தென்பட்ட மலைகளைப் படங்களாய் எடுத்துக்கொண்டிருந்தோம். ஆங்காங்கே நிறைய மலைகளை பெரிய எந்திரங்களை வைத்து உடைத்துக் கொண்டிருந்தார்கள். புகைப்படக்கருவிகளோடு நிற்கும் எங்களை யாரும் ஏதேனும் பத்திரிகையின் ஆட்களென நினைத்து அடித்து கமாராவை உடைத்து எறிந்துவிடுவார்களோ என்ற பயத்தோடே நாங்கள் புகைப்படம் எடுத்ததும் நினைவுக்கு வந்தது. மலைக்குச் செல்கின்ற இடைவழியில் சிறுகுன்றிலிருந்த முருகன் கோயிலுக்கு ஏறிப் பார்த்தோம். கலைஞர் கருணாநிதி 'உபயம்' கொடுத்து கட்டிக்கொடுக்கப்பட்ட கோயில் மண்டபத்திற்குள் ஆடுகள் மேய்ந்து கொண்டிருந்தன.

குள்ளர்மலைக்குப் போவதற்கென்று சரியான வழிகாட்டல்கள் இல்லை. ஒவ்வொருவரும் ஒவ்வொருமாதிரி சொல்லிக்

கொண்டிருந்தார்கள். நாங்கள் அந்த இடத்தைத் தாண்டி மீண்டும் அந்த முஸ்லிம் குடும்பத்தினரின் கடைவரை திரும்ப வந்திருந்தோம். நாம் குள்ளர்மலையைக் கடந்து வந்ததை அவர்கள் சொல்லத்தான் அதுவும் தெரிந்தது. குள்ளர் மலைக்கு மோட்டார்சைக்கிளில் போக முடியாதென்பதால் ஒரு வீட்டின் முன் ஏதோ எங்களுக்கு அவர்கள் நன்கு பழக்கமானவர்கள் மாதிரி மோட்டார் சைக்கிளை விட்டுவிட்டு வயல்களுக்குள்ளால் நடக்கத் தொடங்கினோம்.

குள்ளர்மலைக்குப் போவதற்கு இதுவா சரியான வழி என்று சிலரிடம் விசாரித்தபோது, இதுதான் வழி, ஆனால் உங்களால் அந்த உயரத்திற்கு ஏறமுடியுமா எனக் கேட்டனர். நாங்கள் எத்தனை மலையேற்றங்களைச் செய்திருப்போம், இதெல்லாம் பெரிய விடயமா என நானும் நண்பரும் எங்களுக்குள் சொல்லி தோள்களைக் கம்பீரமாக நிமிர்த்திக் கொண்டோம்.

கொஞ்ச நேரத்தில், குள்ளர் மலைக்கு பக்கத்திலிருந்த கிராமத்திலிருக்கும் ஒருவரும் எங்களோடு கூடவே சேர்ந்து நடந்து வரத்தொடங்கினார். அவர் அருகிலிருந்த நகருக்கு முதல்நாள் சென்று செயற்கை உரம் வாங்கி தலையில் வைத்துக்கொண்டு நடந்து கொண்டிருந்தார். மிகவும் செங்குத்தான கடினமான பாதை அது. கொஞ்சத்தூரம் நடக்கத் தொடங்கியவுடனேயே எனக்கு மூச்சுத்திணறி அஸ்மா இழுக்கத் தொடங்கிவிட்டது. நாங்கள் பார்க்காத மலைகளா என சற்றுமுன்னர் திமிர்த்த என் தோள்கள் இப்போது காற்றுப்போன பந்துபோலச் சுருங்கிக் கொள்ளவும் செய்தது. ஒரு கட்டத்தில் என்னால் இந்த மலையில் ஏறவே முடியாது என்று நம்பத் தொடங்கினேன். அந்தளவுக்கு மூச்சுவிடுவதற்கு மிகவும் திணறினேன். நான் கஷ்டப்படுவதைத் தெரிந்து எங்களோடு நடந்து வந்தவர் அடிக்கடி ஓய்வெடுக்கச் சொன்னார்.

எனக்கு இது ஒருநாள் பயணம், ஆனால் மலையில் வசிப்பவர்களுக்கு தினந்தோறும் இப்படி வந்துபோவது எவ்வளவு சிரமமாய் இருக்குமென யோசித்துப் பார்த்தேன். எப்படி விவசாயம் செய்கின்றீர்கள்? எப்படி உங்கள் வாழ்க்கை இருக்கிறது?' எனக் கேட்டு நண்பர் அவரோடு நிறையக் கதைத்துக்கொண்டிருந்தார். ஒழுங்கான பாதையே இல்லாததால் எந்த வாகனமும் ஓடவே முடியாது. கலெக்டர் இரண்டு மூன்று முறை வந்து பார்த்தும் ஒழுங்காய்த் தெரு போடுவதற்கான எதையும் செய்யவில்லை என்றார். மழைக்காலத்தில் வெள்ளம்

ஓடினால் மனிதர்கள் மலையில் ஏறவே முடியாது. அப்படியாயின் அவசர விடயங்களுக்காய் மக்கள் எப்படி வருவார்களென்ற நிறையக் கேள்விகள் எனக்குள் எழுந்து கொண்டிருந்தன.

நாங்கள் எங்கேயிருந்து வருகின்றோம், என்ன செய்கின்றோம் என அந்த ஊர்க்காரர் கேட்டார். நண்பர், நாங்கள் சென்னையில் வசிப்பவர்கள் என மட்டும் பொதுவாய்ச் சொன்னார். நான் அதிகம் அவர்கள் பேசுவதையே கேட்டுக்கொண்டேயிருந்தேன். ஏதாவது தொடர்ந்து பேசினால் நான் தமிழ்நாட்டுக்காரன் இல்லையெனத் தெரிந்துவிடும் என்பதும் ஒரு காரணம். அநேக ஊர்க்காரர்களைப் போல அவர் தான் இன்ன சாதியென்று கூறி நாங்கள் என்ன சாதியெனக் கேட்டார். நண்பர் எங்களுக்குச் சாதி தெரியாது எனச் சொன்னார். சென்னையிலிருந்து வருகின்ற எல்லோரும் இப்படித்தான் சொல்கின்றீர்கள். உங்கள் பெற்றோரிடம் இதையெல்லாம் கேட்டு அறிந்து கொள்ளக் கூடாதா, அதெல்லாம் முக்கியமில்லையா என்றார். ஒருமாதிரி நண்பர் வேறு விடயங்களைக் கதைத்து அதைத் திசை திருப்பிவிட்டார்.

தனது ஊர் வந்தவுடன் எங்களுக்கு அதுவரை வழிகாட்டிக் கொண்டு வந்தவர் பிரிந்து சென்றார். ஒழுங்கான வழிதெரியாது வீடுகளின் முற்றங்களினூடும் பின்வளவுகளாலும் நடந்துபோன எங்களைச் சிலர், யாரையேனும் ஒருவரை வழிகாட்டியாகக் கூட்டிச் செல்லுங்கள் எனச் சொன்னார்கள். ஓரிடத்தில் நாங்கள் குள்ளர்மலைக்குச் செல்கின்றோம் எனச்சொன்னபோது, ஒவ்வொருநாளும் எங்கிருந்தோ எல்லாம் ஆட்கள் வருகிறார்கள், நிறைய வெள்ளைக்காரர்களும் கூடவே வருகின்றார்கள், அவ்வளவு முக்கியமான இடமா இது என வியந்தார்கள். இன்னொரு இடத்தில் திசைமாறி திகைத்து நின்றபோது ஒரு பெண் இந்த வழியால் செல்லுங்களென உதவிக்கு வந்தார். அத்தோடு மட்டும் விடாது, 'நானும் இங்கே நிறையக்காலம் வசிக்கின்றேன், இதுவரை ஒருமுறைகூட குள்ளர்மலைக்குப் போனதில்லை, என்னையும் அழைத்துச் செல்லுங்கள்' என சற்று நகைச்சுவையாகக் கேட்டார். எங்களுக்கு அவரை அழைத்துச் செல்வதில் என்ன தயக்கமா இருக்கப் போகின்றது. ஆனால் நாங்கள் மீண்டும் உயிரோடு ஊர் திரும்பவேண்டுமே என நினைத்துக்கொண்டேன்.

ஒருமாதிரியாக குள்ளர் மலையில் ஏறிவிட்டோமென மேலே நின்று உற்சாகமாய்ப் பார்த்தபோது, நாங்கள் பிழையான இடத்தில் நிற்பது விளங்கியது. 'குள்ளர்மலை' இன்னொரு மலையில் இருந்தது. இனி மலை மாறியெல்லாம் என்னால் ஏறமுடியாது, வேண்டுமானால் கொஞ்சம் படத்தை வந்த வழியில் எடுத்துப்போட்டு குள்ளர்மலைக்குப் போனோம் என உலகிற்குப் படங்காட்டுவோம் என நண்பரிடம் சொல்லிவிட்டேன். நண்பரோ எப்படியெனினும் குள்ளர்மலையில் ஏறுவது, அப்படி முடியாவிட்டால் எங்கேயாவது இரவு தங்கிவிட்டு அடுத்தநாள் ஏறுவது என்று தீவிரமாய் இருந்தார். தவறான மலையில் ஏறி திகைத்தபோதுதான் ஒரு வழிகாட்டியை ஊரிலிருந்து கூட்டிக்கொண்டு வந்திருக்கலாம் என்பது உறைத்தது. மீண்டும் நாங்கள் Dump and Dumperதான் அதில் சந்தேகமில்லை என உறுதியெடுத்துக் கொண்டோம்.

மற்ற மலைக்கு எப்படி ஏறுவதென்றும் தெரியவில்லை. கொண்டுவந்த தண்ணீரும் முடிந்து விட்டது. எங்களுக்கு யாரேனும் உதவமாட்டார்களா என கத்திக்கொண்டு நடக்கத் தொடங்கினோம். மலைக்குள் விறகு பொறுக்க வந்த எவருக்கோ எங்களின் அவலக்குரல் கேட்டிருக்கின்றது.

அவர் ஒரு வயதுபோன அம்மா. வாருங்கள் நான் வழிகாட்டுகின்றேனென அவர் எங்களுக்கொரு வழிகாட்டியாக முன்வந்தார். தண்ணீர்த் தாகமாய் மிகவும் இருக்கின்றது என்றபோது போகும்வழியில் தனது குடிசையிலிருந்து எங்களுக்கு சொம்பில் தண்ணீர் கொண்டுவந்து தந்தார். அவர் யாரோடு இருக்கின்றார் எப்படி வாழ்கிறார் எனக் கேட்டபோது, தனக்கு பிள்ளைகள் எவருமில்லை, இப்போது இருப்பவர்களும் தன்னைக் கஷ்டப்படுத்துகிறார்கள் எனத் தன் துன்பத்தைச் சொல்லி அழத்தொடங்கிவிட்டார். எங்களுக்கு மிகவும் கஷ்டமாய் போய்விட்டது என்பதைவிட, அந்த இடத்தில் என்ன செய்வது என்றும் விளங்கவில்லை. அம்மா அழவேண்டாம் என்று சொல்லிக் கைகளைப் பிசைந்துகொண்டிருப்பதைத் தவிர எங்களிடம் அவரை ஆற்றுப்படுத்துவதற்கான எந்த வார்த்தைகளும் இருக்கவில்லை.

அந்த அம்மா தந்த தண்ணீரின் உற்சாகத்தில் குள்ளர்வீடுகள் இருக்கும் மலையில் ஏறத்தொடங்கினோம். குள்ளர்மலை என்பது நமது பதுங்குகுழிகளை நினைவுபடுத்தும், கற்களால்

கொண்டமைக்கப்பட்ட சிறுவீடுகள். இவ்வீடுகள் சிறிதாக இருப்பதால் குள்ளர்மலை என அழைக்கப்படுகின்றதே தவிர, உண்மையில் குள்ளமனிதர்கள் இந்த இடத்தில் வசித்திருப்பார்களா எனத் தெரியவில்லை. இதற்கு முன் வந்திருந்த நண்பர் சொன்னதன்படி, இங்கே அடிக்கடி ஆதிவாசிகள் வருகின்றார்கள் என்பதை அறிந்திருந்தோம். இந்தச் சிறு கல்வீடுகளில் சற்று கால்களை மடக்கிப் படுக்கமுடியும். தியானம் செய்வதற்கு மிகச் சிறந்த இடம். அமைதியையும் குளிர்மையையும் -எந்த காலநிலையாயினும்-இதற்குள்ளே இருந்து நன்றாக அனுபவிக்க முடியும்.

எங்களுக்கு இது அமைந்திருந்த சூழ்நிலை மிகவும் பிடித்துக் கொண்டது. நாங்கள் போனபோது எவருமே மேலே இருக்கவில்லை. கொஞ்ச மாடுகளும் நாங்களும் மட்டுமேயிருந்தோம். நண்பர் இரவை இங்கே கழிக்கலாமென உறுதியாய் நின்றார். எனக்கும் - காம்பிங் போன்ற அனுபவத்தைத் தரும் என்பதால் - தங்கலாமென விருப்பமிருந்தது எனினும் நம்மிடம் இரவிற்கான எந்தத் தயார்ப்படுத்தல்களும் இருக்கவில்லை. முக்கியமாய் சாப்பாடு எதுவும் இருக்கவில்லை. வாங்குவதென்றாலும் கீழே இறங்கி ஊருக்குள் செல்லவேண்டும். அங்கேயும் சாப்பாட்டுக்கடைகள் இருப்பதற்கான சாத்தியமெதுவும் இருக்கவில்லை.

புதிய பிரதேசம், அமைதியான சூழ்நிலை, தன்போக்கிலேயே அவரவர் மனங்களின் ஆழங்களில் உறைந்திருப்பதையெல்லாம் பேசி விடச் செய்து விடும். நண்பரிடம் நான் கடந்த சில வருடங்களில் தாண்டி வந்த இருண்ட காலங்களைப் பகிர்ந்து கொள்ளத் தொடங்கினேன். வாழ்க்கை என்பது சட்டென்று திசைமாறிவிடக் கூடியதன் அபத்தங்கள் பற்றி நம் உரையாடல்கள் நீண்டுகொண்டிருந்தன. கனடாவில் சில வருடங்கள் முன்னிருந்த நண்பனை சென்னை, திருவண்ணாமலை என அலைபோல காலம் இழுத்துக்கொண்டு போகவில்லையா? இனி என்றைக்குமாய் கனடா திரும்பமுடியாத ஒரு காலம் நண்பனுக்குள் கனிந்து கொண்டிருப்பதை நான் அவர் நேரடியாகச் சொல்லாமலே உணர்ந்து கொண்டிருந்தேன். வெயில் மெல்ல மெல்ல கீழே இறங்கிப் போய்க்கொண்டிருந்தது.

மெல்லிய இருளுக்குள் நாங்கள் மலையிலிருந்து கீழே இறங்கி நடக்கத்தொடங்கினோம். பாதை இப்போது கொஞ்சம் பழக்கமாயிருந்தது. திருவண்ணாமலை போய்ச்சேர நள்ளிரவு

பதினொன்றாகி விட்டது. இடையில் பொலிஸ் எங்களை மறிக்க, நாங்கள் ஏதோ சொல்லிச் சமாளித்துக் கடந்து வந்தோம். கிட்டத்தட்ட இருநூறு கிலோமீற்றர்களுக்கு மேலாய்ப் பயணித்திருந்தோம். இதுவரை இவ்வளவு நீண்டதூரம் ஒருநாளில் மோட்டார்சைக்கிளில் பயணித்தில்லை என நண்பர் வியந்தார்.

எதையும் ஒழுங்காய் திட்டமிடாத ஒரு பயணம், நாம் பார்க்க விரும்பிய இடங்களுக்குப் போய்ச் சேர்ந்ததில் எங்களுக்குத் திருப்தியாய் இருந்தது. பயணத்தில் பார்த்த இடங்களை விட, யாரென்றே தெரியாத எங்களை விருந்தாளிகளாய் நினைத்து மிகுந்த நேசத்துடன் தேநீர் வழங்கிய அந்த முஸ்லிம் பெண்களையும், தண்ணீர் தந்து தன் தனிமையைப் பகிர்ந்த அந்த அம்மாவையும் சந்தித்ததே என்னளவில் மறக்கமுடியாத விடயங்கள். அவர்களே திசைகளைத் தொலைக்கும் என்னைப் போன்றவர்களுக்குக் காற்றில் தோன்றும் வழிகாட்டிகள்.

கனவுச்சுழி

திருவண்ணாமலை திரும்பிய அடுத்த நாள் காலையில் சென்னையிலிருந்த பழைய புத்தகக்கடையில் வாங்கியிருந்த ஒரு புத்தகத்தை எடுத்து வாசிக்கத் தொடங்கினேன்.

"கொமூஸ் வாத்தியத்திலிருந்து பிறந்த இனிய சுருதியின் நாதம் ரேடியோவில் கசிந்து வந்தது. அது நான் நன்றாக அறிந்த ஒரு கானம். அந்த கிர்கீஸிய கானத்தைக் கேட்கும்போதெல்லாம் மாலை வெயிலில் குளித்துக்கிடக்கிற ஸ்தெப்பியினூடே சவாரி செய்கிற தனிமையான ஒரு குதிரைவீரனைப் பற்றி நான் நினைத்துக் கொள்வேன். அவனுக்கு இன்னும் வெகுதூரம் போக வேண்டியிருக்கிறது. சுற்றிலும் விசாலமான ஸ்தெப்பி பரந்து கிடக்கிறது. அவனுக்கு சிந்திப்பதற்கும் தனக்குத்தானே பாட்டுப்பாடிக் கொள்வதற்கும் நேரம் தாராளமாக இருக்கிறது. தன் இதயத்திற்கு மிகவும் விருப்பமான விஷயங்களைப் பற்றி அவன் பாடலாம்.

ஒரு மனிதன் தனிமையிலிருக்கும்போது, சுற்றிலுமுள்ள அமைதியைத் தகர்ப்பதற்கு குதிரையின் குளம்படிச் சப்தத்தைத் தவிர வேறொன்றும் இல்லாதிருக்கும்போது யோசிப்பதற்குப் பல விஷயங்கள் இருக்கும். மின்னும் கூழாங்கற்களைத் தழுவி வரும் நீரின் கலகலவெனும் ஓசையைப்போல கொமூஸின் நாதம் மெல்ல முழங்கிக் கொண்டிருந்தது. குன்றுகளுக்குப் பின்னால் அஸ்தமிக்கின்ற சூரியனைக் குறித்தும், பூமியை அமைதியாக மூடுகின்ற குளிரான நீலவர்ணத்தைக் குறித்தும், வெயிலில் காய்ந்து வறண்டு கிடக்கிற வழியில் மகரந்தத் துகள்களைப் பரத்திக்கொண்டு மெல்ல சாய்ந்தாடிக்கொண்டிருக்கிற மஞ்சள் புற்களைக் குறித்தும் அது பாடியது. ஸ்தெப்பி, சவாரி செய்பவனின் பாட்டைக் கேட்கிறது. அவனுடன் சிந்திக்கிறது, பாடுகிறது."

நான் சிங்கிஸ் ஐத்மாத்தவ் எழுதிய 'சிவப்புத் தலைக்குட்டையணிந்த மப்ளர் மரக்கன்றின்' ஊடாக பனிவெளியில் உலாவத் தொடங்கினேன். உடல் வியர்த்து தெப்பமாக்கிக் கொண்டிருக்கும் நிலப்பரப்பில் இருந்தாலும், ஸ்தெப்பியிற்கு என்னைத் தமிழினூடு கடத்திச் சென்றுகொண்டிருந்த யூமா வாசுகியிற்கு மானசீகமாய் அந்தப்பொழுதில் நன்றியைச் சொன்னேன்.

ஒருகாலத்தில் தனியன் தனியனென நினைத்து என்னைப் பச்சாபத்திற்குள் நானும் தள்ளிக் கொண்டுமிருந்திருக்கின்றேன். ஆனால் அந்தத் தனிமையை இரசிக்கத் தொடங்கியபோது அது இனிமையான ஏகாந்தமாய் தன்னியல்பில் அழகான தளிர்களை மலரச் செய்திருந்தது. கூட்டத்தோடு இருக்கும்போது நாம் தனிமையை உணர்வதில்லையா? தனிமை என்பது உண்மையில் நாங்கள் தனியாகவோ, சேர்ந்தோ இருப்பதில் தங்கியிருப்பதில்லை. அது அவரவர் மனம் சார்ந்தது.

ஓம்...அதன் சுழி, கொடுங்கனவுகளிலும் தாளமுடியாச் சந்தோசங்களிலும் இறங்கக் கூடியளவிற்கு அவ்வளவு ஆழமானது!

ஒரு குளிர்கால இரவில்
காதல் கணகணப்படுப்பாய் நுழைகையில்
தழுவிக்கொள்ளும் ஆன்மாவில்
உதிர்கின்றன நினைவின் வர்ணங்கள்;
கடந்தமுறை புதர்படர்ந்த ஒற்றையடிப் பாதையில்
வந்துபோன நேசமும்
சாம்பல்நிற முயலின் வடிவில் இருந்ததும் தற்செயலானதல்ல

ஒவ்வொரு முறையும் அறைகளை இறுகப் பூட்டி
சாவிகளை தோட்டதிற்குள் எறிந்தாலும்
வருகின்றவர்களிடம் நுட்பமான சாவிகள் இருக்கின்றன
மறுக்கவும் மறுகவும் செய்கின்ற கடுங்குரல் மீறி
கதவுகளைத் திறந்து இசையை மீட்கையில்
நேசத்தின் அலைவரிசையிற்குள் போவதைத் தவிர
வேறு வழிகளிருப்பதுமில்லை

தேநீர்க் கடையில் மென் சிவப்பு கேசத்தை விசுக்கியபடி
எழுதுபவரைச் சந்திப்பது இதுவே முதன்முறையென்றபோது
வாதைகளைச் சந்திப்பதற்கு எத்தனையோ வழிகள் இருக்கையில்
இதில் ஆச்சரியப்பட ஏதுமில்லையெனும் முணுமுணுப்பை
சுண்டி விசிறியது மூக்குத்தியின் வெளிச்சம்

விருந்தொன்றின் பின்னான மென்னிரவில்
இழுத்தணைத்து முத்தமிட்டபோது
இந்தவழியும் ‘ரோமிற்கா’ என அச்சமுறும்;
‘நீண்டநாட்களின் பின் ஸ்பர்சித்த உதடுகள் உனது’
கேட்டகணத்தில் கடந்தகாலத்தில் விடாதுபறந்த துயரப்பறவை மறைய
பனியைத் தெளிக்கிறது புதியதோர் வானம்

மைக்கல் ஆஞ்சலோவின்
‘டேவிட்டின்’ வலதுகை தொடுமிடும் நின்று
‘முன்னே இன்னொருபடி நகருவோமா’ வென மலர்கையில்
இருண்ட மனதின் இன்னொர் கரை அறியாது
வளர்க்காதே நம்பிக்கையையென வெட்டிப் புதைக்கையில்

துடிதுடித்த விழிகளில் சாய்ந்து போனது
எழுத்தின் பசிய கிளைகள்.

காலத்தின் அந்திவரை 'கோடேயிற்காய்க் காத்திருப்பவர்க்கு'
இறுதியில் மிஞ்சுவது எதுவுமே இல்லையென்றாலும்
கடந்துபோக முடியாக் கணகணப்பு அடுப்பாய்
பற்றியெரிகிறது மீண்டும்
இந்தப் பாழாய்ப்போன நேசம்.

0000

05

"அந்த மஞ்சள்நிறப் பூனை உனை விட்டுப் போனாலும் எங்கேயோ ஒரு இடத்தில் இருக்கத்தான் இருக்கிறது. இந்த நிச்சயம் இருந்தால் போதும். ஓம் என்று சொல்லவும் கற்றுக்கொள்ளவும் வேண்டும் (ஆம் என்பதை அந்த நண்பன் ஓம் என்று உச்சரித்ததும் ஞாபகம் வருகிறது)."

– **நகுலன்,** 'அந்த மஞ்சள் நிறப் பூனைக்குட்டி'

தெரிவுகளின்றி ஒருபோதும் வாழ்வு நகர்வதில்லையெனினும் ஏன் தேர்வுகளின்போது எதையோ விலத்தி வரவேண்டியிருக்கிறது. எதற்காக எவரையோ காயப்படுத்த வேண்டியிருக்கின்றது. காலம் புதிய பாதைகளை மட்டுமில்லை இவ்வாறான பொழுதுகளில் கடுமையான நெருக்கடிகளையும் மனிதர்களுக்குள் ஏற்படுத்திவிடுகின்றது.

ஒரு பூங்காவிற்கும் இன்னொரு பூங்காவிற்கும் இடையிலிருக்கும் மூன்று கிலோமீற்றர்கள் இடைவெளியில் அடிக்கடி நான் நடந்துபோவதுண்டு. அவ்வப்போது சைக்கிளில் பறப்பதுமுண்டு. எப்போதும் சலசலத்தபடி நகர்ந்து கொண்டிருக்கும் சிற்றாறு, மழை பெய்யும்போது பெருகிப் பாயும். நெடிதுயர்ந்த மரங்களின் பெரும் மௌனத்தையும், நெருக்கமாய் இருக்கும் காதலர்களின் குறுகுறுப்புக்களையும் இரசித்தபடிப் போகும் உலாத்தலின் போதுதான் ஒருவர் அறிமுகமானார்.

சிலரோடான உறவுகள் அறிமுகங்களோடு மட்டும் முடிந்து விடுவதுண்டு. இவரோடு நிறையக் கதைக்கலாம் போல அப்படியொரு வாஞ்சையான முகத்தோடு இருந்தார். உலாத்திய படியோ அல்லது உட்கார்ந்தோ கதைகள் பல நாங்களிருவரும் பேசுவதுண்டு.

ஒருநாள் நாங்கள் மனதின் ஆழங்களுக்குள் சொற்களால் இறங்கிக் கொண்டிருந்தபோது, தற்சமயம் இரு பெண்களை தான் நேசித்துக் கொண்டிருப்பதாய்ச் சொன்னார். இது சாத்தியமா அல்லது சமாளிக்க முடியுமா என்று நான் கேட்கவில்லை. அவரவர், அவரவர்க்கான காதல்கள்.

'ஒருத்தி நீ எப்படியென்றாலும் இரு, நான் எப்போதும் நேசிப்பேன்' எனச் சொன்னதாய்ச் சொன்னார். இன்னொருத்தி 'நீ என்னைத்தான் எப்போதும் நினைத்துக் கொள்ளவேண்டும்' என அடிக்கடி அதட்டிக் கொண்டிருப்பாள் என்றார். இரண்டு பேரையும் தனக்கு நன்கு பிடிக்கும், தன் தெரிவுகளின் நிமித்தம் யாரையும் காயப்படுத்த விருப்பமில்லை என்றபோது, இவர் என்ன ஒரு விசித்திரமான மனிதர் என எனக்குள் நினைத்துக்கொண்டேன்.

ஒரு காதல் முடிந்துதான் இன்னொரு காதல் வரவேண்டும் என்பது நியதியா என்ன? ஒரே நேரத்தில் பல காதல்கள் இருக்கக்கூடாதா எனவும் என் குழப்பமான முகத்தைப் பார்த்துக் கேட்டார். நியாயம் கேட்டு வருபவர்க்கு தீர்ப்பளிக்க நானென்ன நீதிமன்றமா என எண்ணி, அமைதியாய் இருந்தேன்.

பனிக்காலத்தில் நோய்மை பீடித்திருந்த ஒரு பொழுதில் குளிரை நேரடியாகச் சந்திப்பதே விவேகமென எண்ணி இந்த பூங்காக்களுக்கிடையில் மூசிமூசி நடந்தபடியிருந்தேன். தற்செயலாக அதே நண்பர் நாயுடன் எதிர்த்திசையில் வந்து கொண்டிருந்தார். என்னைப் போலவே இந்தக் குளிருக்குள்ளும் நடக்க வேறு சில தறிகெட்டதுகளும் இருப்பதையிட்டு சிரிப்பு வந்தது, அடக்கிக்கொண்டேன்.

'எப்படி உங்கள் காதலிகள் இருக்கின்றனர்?' என்று அவரின் நலத்தோடு காதலையும் கொஞ்சம் சுகம் விசாரித்தேன்.

'எனக்கு இப்போது ஒரு புதுக்காதலி கிடைத்துவிட்டார்' என்றார்.

என்னது, இவர் மூன்றாவதாக இன்னொருவரையும் சமாந்தரமாக நேசிக்கத் தொடங்கிவிட்டாரோ என்று முதலில் யோசித்தேன். அவரே தொடர்ந்தார், 'இவளைக் கண்டவுடன் மற்ற இருவருக்கும் விடைகொடுத்து விட்டேன்'.

எனக்குச் சற்று அதிசயமாக இருந்தது. தேர்வுகளில் நம்பிக்கை இல்லை என்றவர். எப்படி இது சாத்தியமெனக் கேட்டேன்.

‘இல்லை. இவளும், இவளின் நான்கு நான்கு வயது மகளும் என்னை அப்படிக் கவர்ந்திழுக்கின்றனர். இந்த நேசம் மற்ற எல்லாவற்றையும் எளிதில் விலத்தி வைத்து விட்டது.’

‘மகளுள்ள ஒரு பெண்ணை நேசித்தால் உலகில் மாபெரும் தியாகம் செய்து விட்டதாய் நம்பிவிட்டீர்கள் போலும்’ என அவரைச் சீண்டினேன்.

‘அப்படியேதுமில்லை’ என்றார் சற்றுத் தீர்க்கமான குரலில்.

‘அது சரி எப்படி உங்களின் மற்றக் காதலிகளுக்கு இதைத் தெரியப்படுத்தினீர்கள்?’

‘தெரிவுகள் எப்போதும் கடுமையானதுதான். இவ்வாறான விடயங்களில் ஏதோ ஒன்றைத் தேர்ந்தெடுக்கும்போது வேறு யாரையோ காயப்படுத்தத்தான் வேண்டியிருக்கின்றது. ஆனால் நான் எதையும் நேரடியாகச் சொல்லாமல் அவர்களுக்கு உணர்த்தியது ஒன்றே ஒன்றுதான்.’

‘என்னது?’

‘நாளை அவர்களுக்கும் குழந்தைகள் பிறந்து, சிலவேளை அவர்களும் தம் பிரியமான துணைகளைப் பிரிந்து போக நேரிடலாம். அப்படி நிகழ்ந்தாலும் அவர்களையும் அவர்களின் குழந்தைகளையும் அளவற்று நேசிக்க என்னைப் போல நிறையப் பேர் இந்த உலகில் இருப்பார்கள் என்பதை மட்டும்’ என்றார்.

ஒற்றைப் பாதையில் நடக்கவே கஷ்டப்படும் எனக்கு அவரின் கிளைப்பாதைகளில் வந்து சேரும் காதல் கதைகளை எளிதாகப் புரிந்துகொள்ளக் கஷ்டமாக இருந்தது. ஆனால் ஒருவகையில் பார்த்தால் அவரின் இரண்டு காதலிகளுக்கும் இதைவிட மிகச்சிறந்த நம்பிக்கையை அவரால் கொடுத்திருக்க முடியாது போலவும் எனக்குத் தோன்ற, ஒரு சிறுபுன்னகையுடன் அவரைக் கடந்துபோகத் தொடங்கினேன்.

06

திங்கள் காலையைக் கடப்பதைப் போல கடினமான பொழுது வாரத்தில் வேறெந்த நாளிலும் வருவதில்லை. இலைதுளிர்காலத்து மழை பொழிந்து கொண்டிருந்ததோடு, எனக்குப் பிடித்தமான சாம்பல் நிறத்தை வானம் போர்த்தியுமிருந்தது. வேலையுள்ள வாரநாட்களில் ஓர் அஞ்சலோட்ட வீரனைப் போல முன்னே பாய்ந்து கொண்டிருக்கும் காலத்தோடு, எதனையும் கைநழுவ விடாது அதனிடம் அனைத்தையும் கையளித்துவிடும் பதட்டத்துடன் தொடர்ந்து நாமெல்லோரும் ஓடவேண்டியிருக்கிறது.

வார இறுதியில் பின்வளவில் இரை தேடியலைந்த கறுத்தநிற அணிலையும், சாம்பல்நிற முயலையும் அவதானித்தபடி உன்னோடு பேசிக்கொண்டிருந்தேன். ஒருநாள் தற்செயலாய்க் கரைந்த காகத்தின் ஒலியை மரங்களிடையே தேடித்தேடிப் பதிவு செய்ததைச் சொல்லியபோது, புலானிக்குஞ்சுகளும் காகங்களும் இணைந்தே குரலெழும்புகின்றவை என எங்கேயோ வாசித்ததையும் நினைவூட்டினாய்.

நெகிழ்வாய் இருக்கும்போதெல்லாம் பனியில் மட்டுமில்லாது மழையிலும் நனைகின்ற மனதுடையவனாக மாறியிருப்பது எனக்கே ஓர் அதிசயந்தான். பின் ‘டெக்’கில் தலைசாய்த்துப் படுத்தபடி மரங்களின் மலர்களின் வாசனையுடன், நிர்மலமான வானத்தில் அலைந்து திரியும் பறவைகளோடு கூடவே சிறகடிக்கும் மனது எப்போது என்றில்லாவிட்டாலும் அவ்வப்போதாவது வாய்த்துவிடுகிறது. நம்மை நாமே மறக்கின்ற நிலைதான் பித்துநிலையெனில், அது நேசத்திலும் இயற்கையிலும் தோய்ந்துவிடுகின்றபோது மின்னலாய் தெறித்துவிடத்தான் செய்கிறது.

வேலையை விரைவில் விட்டுவிடப்போகின்றேன் எனச் சொன்னேன். அதன் பிறகு என்ன செய்யப்போகின்றேன் என நீ

கேட்கவுமில்லை, அடுத்து என்ன செய்யப் போகின்றேன் என்று எனக்கும் தெரிந்திருக்கவில்லை.

பதினாறு வயதுவரை, போரிலிருந்து மீட்சி கிடைக்குமென நம்பியதேயில்லை. புலம்பெயர்ந்த நாடொன்றுக்கு வரும்வரை இன்னொரு வாழ்வு வாய்க்குமென கனவு கண்டதுமில்லை. இனி வீழ்ச்சியில்லை என நம்பிக்கை துளிர்த்த பொழுதில், நேசத்தின் பொருட்டு இடைநடுவில் பெருந்துயரோடு கைகுலுக்கி அறிமுகமாகி, பின் அருந்தப்பில் தப்பியும் வந்துவிட்டாயிற்று.

ஆக, அனைத்துமே அதனதன் இயல்பில், நடக்கவேண்டிய நேரத்தில் நடக்கும்போது எதைத் திட்டமிடுவது? ஒழுங்குகளின் வழியில், சட்டகங்களின் எல்லைகளுக்கேற்ப வாழ்வு நகர்கின்றது எனச் சொல்பவர்கள் கொடுத்து வைத்தவர்கள். அதிலிருந்து விலகி அல்லது விலக்கப்பட்டு நகர விரும்புகின்றவர்களும் இவ்வுலகில் இருக்கின்றார்களில்லையா?

ததும்பி வழியும் உன் பிரியத்தை ஏற்றுக்கொள்வதில் என்னளவில் சில தடங்கல்களும், இன்னமும் கழுத்தை விட்டு அகலாது நானாய் அருந்திக்கொண்ட விசத்தின் இறுதித்துளியும் மிச்சம் இருக்கிறது. நீ பின்தொடரும் மனுசகுமாரன் சிலுவையில் அறையப்பட்ட நாளில், என் தடுமாற்றங்களையும் துயரையும் கூடவே கரைத்துவிட விரும்புகின்றேன் எனச் சொன்னேன்.

நிதானமாய்க் கேட்டபின், 'காயப்பட்டவனின் மனசுக்கு...' என்றபடி என்னை இறுக்கவணைத்துச் சிரித்தாய். இந்தளவு இயல்பாய் உன் துணையின்றி கடந்தகாலத்தை என்னால் கடந்து வந்திருக்கமுடியாது. தமக்கான சிலுவைகளில் தங்களைத் தாங்களே அறைந்து கொண்ட எத்தனையோ பேரின் பாவங்களை இரட்சிக்கும்பொருட்டு மனுசகுமாரன் மீண்டும் மீண்டும் உயிர்த்த ஞாயிறுகளில் எவரினூடாகவோ தோன்றியபடியிருக்கின்றார்.

என் துயரங்களைத் தாங்கியபடி என்னைச் சிலுவையை விட்டு இறக்கும் கருணை மிகுந்தவள் - நீ!

07

'கடந்தகாலத்தின் துயரை எப்படிக் கடந்துவந்தாய்?'

'தனித்திருந்தும், எழுதியும்.'

'எழுதுவதால் துயரைக் கடக்கமுடியுமா?'

'தெரியவில்லை. அலட்சியங்களையும், புறக்கணிப்புக்களையும் எழுதியெழுதிக் கடந்தேன்.'

'பிரசுரித்தாயா?'

'இல்லை. அது மனச்சாட்சியோடு நான் நிகழ்த்திய ஒழுங்கும்/ ஒழுக்கமும் அற்ற ஓர் உரையாடல்.'

'நான் கடந்தகாலம் போன்ற துயர நிகழ்வை மீண்டுமொருமுறை நிகழ்த்திக் காட்டமாட்டேன் என்று எப்படி நம்புகின்றாய்?'

'எந்த நேசமெனினும், அங்கு எதுவுமே நிகழக்கூடிய சாத்தியங்களே உள்ளன. ஆனால் அது தரும் இந்த அதியற்புதமான கணங்களுக்காய், நாளை எது நடக்குமென்பதை மட்டுமில்லை, கடந்தகாலம் குறித்தும் இப்போது அதிகம் யோசிக்க விரும்புவதில்லை.'

'அப்படியா?'

'அது மட்டுமில்லை, கடந்தகால அனுபவத்தைத் தந்த அனைவர்க்கும் நன்றி கூறியிருக்கின்றேன்.'

'ஏன்?'

'ஏதோ ஓரிடத்தில் அவர்களென்னை உதாசீனம் செய்து விலத்தியிராவிட்டால், உன்னை என் வாழ்வில் இவ்வளவு நெருக்கமாய் உணர்ந்திருக்க முடியாது.'

‘நிறைய வாசிப்பவர்களோடு இதுதான் பிரச்சினை. எதையெதையோ எல்லாம் ஒன்றுக்கொன்று தொடர்பில்லாது கதைப்பார்கள்.’

இலைகளா அல்லது மலர்களா இவையென வியக்கும் இலையுதிர்காலத்தில் நானுன்னை முதன்முதலாகச் சந்தித்தேன். வர்ணங்கள் பூசி ஒரு பருவத்தைக் கொண்டாடும் பூரிப்பை மரங்களில் மட்டுமில்லை உன்னிலும் நான் கண்டேன். இலைகளுக்கு இந்தந்த வர்ணங்களில் மாறவேண்டுமென யாராவது கட்டளையிடுவார்களா என்ன? அதுபோலவே நீ என் வாழ்க்கையினுள் இயல்பாக நுழைந்தாய். என் அலுப்பான ஒவ்வொரு நாட்களுக்கும் உன் சிரிப்பாலும் குரலாலும் புது நிறங்களை விசுக்கியபடியிருந்தாய்.

காதலே இல்லாது ஒரு பருவத்தையேனும் கடக்க விரும்பாதவனுக்கு, அவ்வப்போது அது சாரலைப் போல தூறுவதும், விடுவதுமாய் இருந்த காலத்தில், ஒரு பேரருவியையே எனக்குள் பாயவிட்டாய். அவையவை எதற்காக நிகழ்கிறதென்று அறியாமல் நாம் அதனில் இழுபட்டுப் போவதில் இருக்கும் மகிழ்ச்சிக்கு எதுவும் நிகராகாது. அவ்வாறுதான் உன் நேசத்தில் நான் எந்தத் திசையில் போகின்றேன் என்று யோசிக்காது அதன் இயல்பில் நகர்ந்தபடி இருந்தேன்.

நாங்கள் ஆறுகளைப் போலக் கடந்துகொண்டிருப்பவர்கள் என்பது இருவருக்கும் தெரிந்திருந்தது. ஆகவே அதன் முடிவிடம் குறித்து யோசியாது அதன்போக்கில் திளைத்தபடி இருந்தோம். நீ அழைக்கும் தொலைபேசி அழைப்புக்களில் பறவைகளின் குரல்கள் கேட்டேன். நீ எனக்காய்ப் பாடும் பாடல்களில் அவ்வளவு தொலைவில் இருந்தும் ஏதோ என்னை அப்படி அரவணைக்கும் ஒரு நெருக்கமான ஆன்மாவின் இசையைக் கேட்டேன்.

ஆம். அந்தக் காலங்களில் நானில்லாத ஒரு நானை இப்படியான தொலைதலில் கண்டுகொண்டேன்.

எப்போதும் காலம் கடந்தபின்னே, அற்புதங்கள் எனக்கு நிகழ்ந்ததைக் கண்டுணரும் ஒருவன் என்பதாக என்னை அடையாளங் கொள்பவன். அதனால் என்ன, எத்தனையோ பேர் அலுப்பான வாழ்வினுள் மூழ்கியிருக்கும்போது, எனக்கு அற்புதங்கள் நிகழ்ந்திருப்பது அல்லவா முக்கியம். அவ்வாறு

நான் சந்திக்கும் ஒவ்வொரு பெண்களாலும் எனக்கு அற்புதங்கள் நிகழ்த்தப்பட ஆசிர்வதிக்கப்பட்டவன்.

நீ எனக்கு நிகழ மறுத்த அற்புதமல்ல, நிகழ்ந்து கொண்டிருக்கும் அற்புதம்!

காதலிக்கும்போது, ஏன் நாம் எப்போதும் அவர் எங்களோடு இருக்கவேண்டுமென்றோ அல்லது அவரை நாம் மட்டுமே உடமையாக்க வேண்டுமென நினைத்துக் கொள்ளவேண்டும். நீ தொலைவில் இருந்தாலும் நான் நேசித்துக் கொண்டிருப்பேன். காலத்தின் முடிவின் நீ அள்ளித்தந்த அற்புதங்களை நினைத்தபடியே இருப்பேன். ஏனெனில் நீ வித்தியாசமானவள். உன்னோடு நெருக்கமாக இருந்த காலங்களில் உன்னை முழுதாய்ப் புரிந்துகொண்டிருக்க இன்னும் முயற்சித்திருக்கலாம். அதைப்பற்றிக் கூட இப்போது கவலையில்லை. ஏனெனில் உன்னை முழுதாய்ப் புரிந்துகொண்டிருந்தால் இப்படி அசைபோட்டபடி உள்ளே ஊறித்திளைக்க, நமக்கான காதலென்று எதுவும் எஞ்சியிருக்காது.

நீயென் நினைவுகளின் வானத்தில் என்றும் சிறகடித்தபடி பறக்கிறாய். ஆகவே நீ எப்போதும் என்னோடு இருக்கிறாய்.

08

“இந்தப் பொழுது இங்கே நீங்களிருந்திருந்தால் உங்கள் கரங்களைக் கோர்த்தபடி மழையில் வரச் சொல்லிக் கேட்டிருப்பேன். அந்தளவு மனது நேசத்தாலும், வாழவேண்டும் என்கின்ற விருப்பத்தாலும் நிரம்பி வழிகிறது.”

“மறுப்பேதுமின்றி கூடவே உங்களோடு நடந்துகொண்டிருப்பேன்.”

“இப்படியென் பொழுது கழிவது குறித்து பகிர்ந்துகொள்ள ஒருவர் இருப்பதற்கு ஆசிர்வதிக்கப்பட்டவன் நான்.”

“இப்போதேனும் உங்களைச் சந்திக்க காலம் என்னையும் ஆசீர்வதித்திருக்கிறது.”

“துயரமான காலங்களில் கதைகளினூடாக நீங்கள் எங்கோ ஓர் மூலையில் எனக்காய் இருப்பீர்களென்பது இதத்தைத் தருவது. இன்று கூட நண்பர்களோடு கதைத்துக் கொண்டிருக்கும்போது எமக்குத் தெரிந்த நண்பரைப் பற்றி ஒரு துயரக்கதை போனது. மனசு பாரமாய்த்தானிருந்தது. ஆனால் அதை இலேசாக்கத்தான் இந்த மழை வந்திருந்ததோ தெரியாது.”

“மழையும் இயற்கையும் பிரியங்களுடன் எமை இறுகத் தழுவுகின்றன.”

“இந்தக்கணம் உங்களின் அருகாமை வேண்டும் போலவும் உங்களோடு சேர்ந்து இந்த இருளின் நிசப்தத்தில் நடக்கவேண்டும் போலவும் தோன்றுகிறது.”

“என் பயணங்களில் இதையே அடிக்கடி நானும் உணர்ந்தேன். எதை நேசிக்கிறோமோ அதுவாகிப்போகிறோம். அதனால் இப்போது இந்த நிசப்த இருளில் உங்கள் கை கோர்க்கவும் முடியுமாயிருக்கும்.”

"நாம் இந்த இயற்கையிற்கு நம்மை ஒப்புக்கொடுக்கும்போது நமது எல்லாப் பாரங்களும் குறைந்து மனசு இறகுகளாக பறக்கத் தொடங்கி விடுகின்றன. எதிரில் காணுபவர்களை மட்டுமில்லை நம்மால் மன்னிக்க முடியாதென்று நினைத்தவர்களையும் அணைத்துக்கொள்ள முடிகிறது."

"உண்மை."

"இந்த இரவுகள் எமக்கானவை. இந்த இருள் நம்மை அச்சுறுத்தாதவை. சில்வண்டுகளின் ரீங்காரம் எங்களின் பயணங்களுக்கான சங்கீதம். நின்றும் நிதானித்தும் பெய்கின்ற மழை நமக்கான வாழ்த்துக்களைத் தெரிவித்துக் கொண்டிருப்பவை."

"நிச்சயமாய். நேசித்தலும் கூடவே ரசித்தலும் இருக்குமிடத்தில் எல்லாமே இதமாயிருக்கும். இரவுச் சந்திப்புக்கள்தான் பரிபூரணமானவை. பரிசுத்தமானவையும் கூட."

"உண்மை. இரவு நமது அசுத்தங்களை மட்டுமில்லை கள்ளங்களையும் கழுவிச் சென்றுவிடுகின்றன. இந்தக் கணத்தில் நீங்கள் இருந்தால் உங்கள் நெற்றியில் முத்தமிட்டு, என்னோடு எனக்குப் பிடித்த பொழுதுகளில் இருப்பதற்காய் உங்களுக்கு நன்றி சொல்லியிருப்பேன்."

"நிலவும் இங்கே கொஞ்ச நேரம் எங்களோடு இருக்கட்டுமே."

"எல்லோருக்குமான எங்கள் பயணத்தில் நிலவிற்கு மட்டும் இடம் இல்லாமலா போய்விடும்."

"அதுதானே. நிலவு நம்மையும் நாம் நிலவையும் ஆசீர்வதிக்கலாம்."

"நிலவும் நமக்கு வழிகாட்டட்டும். அதன் கற்றைகளை பற்றியபடி நாம் இதுவரை செல்லா உயரங்களைத் தாண்டிப் போவோம்."

"இந்த பொழுதுகள் என்றென்றைக்குமாய் கரையாதிருக்கட்டும்."

"நமது கைகளின் ரேகைகள் போல எப்போதும் எம்மோடு இருக்கட்டுமாக இந்தக் கணங்கள்."

"ஆயுள் நீளும் வரை."

"நின்ற மழை மீண்டும் தொடங்கிவிட்டது. என்றேனும் ஒருகாலம் நான் இவ்வுலகில் இருந்து நீங்கும்போது என்னை ஒரு மழையினூடாக நினைவு கொள்ளுங்கள்."

"மழையின் முதல் துளிகளில் நீங்கள் மட்டுந்தான் இறங்குவீர்கள்."

"அப்படியெனில் உங்களால் நான் ஆசிர்வதிக்கப்பட்டவன்."

"ம்.. நம்மால் இந்த மழை மிக ஆசீர்வதிக்கப்பட்டது."

"..............."

"தூங்கியாச்சா என் பிரியத்திற்குரியவனே... நம் நேசத்தின் போர்வை கொண்டு மீதமுள்ள இரவும் அழகாகட்டும்."

09

இலையுதிர்காலத்தில் ஒருநாள் தேநீரும், பால்விடாத சிரியலும் அருந்தியபடி இடைக்கிடை அலைபேசியில் துழாவிப் பார்த்தபடி இருக்கின்றேன். எவ்வளவு அழகாக இந்த காலை இருக்கிறதென மூச்சை நன்கு இழுத்து ஆழ்ந்து அனுபவித்தபோது 'பிறிதொன்றின்' நிழல் கடந்து போவதைக் காண்கின்றேன்.

அந்தப் பிறிதொன்று.... வேறு யாருமில்லை. அதுவும் நான் தான்.

ஐந்து படிகளும் நான்கு காலடிகளும் எடுத்து வைத்தால் ஓர் அறை வரும். அங்கேதான் அந்த 'நான்' ஒரு பதுங்குகுழிக்குள் பயந்துபோய் ஒருகாலத்தில் உழன்றபடி கிடந்தது.

இப்போது தேநீர் அருந்திக் கொண்டிருக்கும் இடத்துக்கும், அறைக்கும் இடையில் காலமும் வெளியும் உருள்கின்றதா என்று கணிப்பதற்குள் - சில நொடிகளுக்குள்ளேயே - ஏறிப் போய்விட முடியும். ஆனால் ஒருகாலத்தில் இந்த ஐந்து படிகளையும் நான்கு காலடிகளையும் கடக்க ஒரு பெரும் யுகமே வேண்டியிருந்தது.

எடுத்து வைத்த ஒவ்வொரு காலடிகளும் ஏதோ பாதாளமொன்றில் அமிழ்ந்து போய்க் கிடப்பதான பாவனையில் உலாவிக் கொண்டிருந்திருக்கின்றேன். மனிதர்களையும், நிகழ்வுகளையும் நேருக்கு நேர் சந்திக்க முடியா மனப்பாரத்துடன் பதுங்கிப் போனதில் கழிந்தது ஒரு காலம்.

இப்போது சூரிய ஒளி வர, காற்றில் பறக்கும் தூசியைப்போல மனது இலகுவாயிற்று. நடத்தலும் முகம் நிமிர்ந்து பார்த்தலும் அவ்வளவு கஷ்டமானதுமில்லை. அதற்காய் தூசிகளைப் போன்ற நினைவுகள் ஒதுங்கிவிட்டன என்றில்லை. ஓடியொளியும் நிழல்கள், நினைவுத் தூசிகளிலிருந்து அவ்வப்போது தோன்றாமல் இல்லை எனவும் சொல்லிவிடமுடியாது.

'இதையெல்லாம் மீளச்சொல்வதால் நீ எதை அடையப் போகின்றாய்?'

'தவறுகளிலிருந்து பாடங்களைக் கற்றுக்கொள்வதற்காய் இவற்றை மீண்டும் மீண்டும் நினைவுபடுத்திக் கொள்கின்றேன்.'

'தவறுகளின் பின்விளைவுகளிலிருந்து எதையும் அறிந்து கொள்ளமுடியாது. மீண்டும் பிழைகள் நிகழ்த்தப்படக் கூடாதாயின், தவறுகளின் மூலத்தை நோக்கி நீ பயணிக்கவேண்டும்.'

'தவறுகள் என்பது எப்போது தவறுகளாகின்றன? நமக்குச் சரியென நினைத்தவைகள் கூட யாரோ ஒருவர் சுட்டிக்காட்டும்போதுதானே அவை பிழையாகின்றன. அப்படியெனில் தவறுகள் கூட மாறிக்கொண்டிருப்பவை தானோ?'

'வாழ்வில் ஒவ்வொரு கணமும் மாறிக் கொண்டிருக்கும்போது, தவறுகளுக்கும் சரியான வரைவிலக்கணத்தைக் கொடுத்துவிட முடியாது. உனது மனம் இந்தக் கணத்தில் எது தவறென்று சொல்கின்றதோ அதை வேண்டுமெனில் தவறெனச் சொல்ல முடியும்.'

'இந்தக் கணத்தில் எவற்றைத் தவறாக உணர்கின்றேனோ அவற்றை தவறெனவே வைத்துக் கொள்கின்றேன். அப்படியாயின் எவையெல்லாம் இப்போது சரியாக இருக்கின்றதோ. அவையும் அடுத்த கணத்தில் தவறாகி விடாது என்பதற்கு என்ன உத்தரவாதம்?'

'நீ சரியையும் தவறையும் ஒன்றின் எதிரெதிர்ப் பக்கங்களாய்ப் பார்க்கின்றாய். அப்படிப் பார்த்தால் எதையும் விளங்கிக்கொள்ள முடியாது மட்டுமல்ல, எதிலிருந்தும் மீளவும் முடியாது.'

'சரியையும், தவறையும், அவ்வப்போது அலைக்கழிக்கும் கடந்த காலத்தையும் இப்போதைக்கு விட்டுவிடுவோம்.'

'நல்லது. இப்போதுதான் மூச்சுத்திணற வைக்கும் கேள்விகளிலிருந்து விலகி என்னால் நிம்மதியாக மூச்சுவிட முடிகிறது' - இந்த இடத்தில் நீ சிரித்திருக்கவேண்டும் என்று ஞாபகம்.

'இந்தக் கணத்தில் என்ன தோன்றுகின்றதென்றால்....'

'ம்...சொல்லு!'

'தவறுகளை மூலத்திலேயே கண்டு திருத்த வேண்டுமென்றால், என்னால் இனியொருவரையும் நெருங்க முடியாது. தவறுகளே இல்லாது ஒருவரை என்னால் ஒருபோதும் நேசித்து விட முடியாது.'

'இதுவரை, எவரிடமும் சொல்லத் தயங்கிய உனது ஆழ்மனதின் இருண்ட பக்கங்களை என்னிடம் எந்த ஒளிவுமறைவும் இல்லாது கூறத் தொடங்கியபோதே நீ ஒன்றை உணரவில்லையா?'

'என்ன?'

'உன்னை அறியாமலேயே என்னை நீ நேசிக்கத் தொடங்கிவிட்டாய் என்பதை.'

10

நான் உனது நெற்றியில் திலகம் அணிந்த புகைப்படத்தைப் பார்க்கின்றேன். எவ்வாறோ எப்போதோ நிகழ்பவைதானே அதிசயங்கள் எனப்படுகின்றன. அவ்வாறான ஓர் அரிய புகைப்படம் அது. அவ்வளவு அமைதி தவழும் முகம் உனது. சடங்குகள் சம்பிரதாயங்களில் நம்பிக்கை இல்லாதபோதும் அவற்றிலிருக்கும் அழகியல் எப்பவும் என்னைக் கவர்ந்தபடியிருக்கும். இவற்றை உதறித் தள்ளிய மிகச் சிக்கலான நவீன மனிதன் என என்னை நினைத்துக் கொண்டாலும் இவ்வாறான அழகியலில் மனம் அவ்வப்போது திளைத்தும் விடுகின்றது.

சிலவேளைகளில் இந்தக் கொண்டாட்டங்கள் என்பதே நமது நாளாந்த விடயங்களின் அலுப்பிலிருந்து நம்மை மீட்கத்தான் ஆதிகாலத்தில் கண்டுபிடிக்கப்பட்டவையாக இருந்திருக்கலாம். நாம்தான் பிறகு சடங்கு சம்பிரதாயங்கள் என இறுக்கி, சக மனிதர்களைப் பிரிக்கும் சிக்கலான விடயங்களாக மாற்றிவிட்டோம் போலும். தன் விருப்பின் நிமித்தம், ஒருவர் தன்னை அழகுபடுத்தும்போது அவருக்கு ஒரு விகசிப்பு வந்துவிடுகின்றது. அந்த ஒளி அருகில் இருப்பவர்களையும் பற்றிக்கொள்ள அஃதொரு இனிதான அனுபவமாய் ஆகிவிடுகின்றது. இப்போது நான் உன் அழகில் இலயித்து மனம் விரிந்து உணர்வுகள் கிளர்ந்து இப்படி எழுதுவதைப் போல.

நீ எவ்வளவு அழகு என இன்னமும் எவரும் உணர்த்தாத அளவிற்கு நீ பேரழகி. மிக நெருங்கி நின்று பார்த்தால் ஓவியங்கள் தம் அழகைக் காண்பிப்பதில்லை என்பது போல உன்னை விட்டு விலகி நிற்கும்போதே உனது வனப்பு இன்னும் விளங்குகின்றது. அதைவிட இந்த எழிலுக்குள் புதைந்து கிடக்கும் நேசம் பேரண்டமாய் விரிவதையும் கண்டிருக்கின்றேன். அன்பு எல்லோருக்குள்ளும் நிறைய இருந்தாலும், அரிதாகவே சிலரால்

மட்டுமே அதை வெளிப்படுத்த முடிகின்றது. நீ அவ்வாறான ஒருத்தி. இந்த அன்பு சிலவேளைகளில் மூச்சுத்திணற வைத்தாலும், அதன் கதகதப்பில் நான் இதுவரை நுழைந்துவிடா உலகைக் காண்பதையும் மறைத்து விட முடியாது.

கருஞ்சாம்பல் வானத்தைப் பார்த்தபடி உன்னோடு பயணித்துக் கொண்டிருக்கின்றேன். இலையுதிர்காலத்திற்குரிய melancholy உணர்வுகள் உள்ளத்தில் உருகி வழிகின்றன. வழமையாய் வரும் இந்தப் பருவத்திற்குரிய மன அழுத்தமாய் அது இல்லை. சங்ககாலத்தில் காதலன் தன்னருகில் இருக்கின்றான் என உணர்கின்ற மகிழ்ச்சியும் அதேசமயத்தில் அவன் தன்னைவிட்டு இன்னும் கொஞ்ச நேரத்தில் பிரிந்து போய்விடுவானே எனக் கவலையும் இணைந்த, பெண் ஒருத்தி கொள்ளும் உணர்ச்சிக் குவியல்தானோ இது.

மலைகள் நிரம்பிய நகரம். அதே நீர்வீழ்ச்சி. சில வருடங்களின் முன் மனம் சோர இருட்டறையிலிருந்து மீட்டெடுத்து நண்பன் கூட்டிச் சென்ற இடம். ஒரு கணமும் நின்றுவிடாது கொட்டிக்கொண்டிருந்த அருவியைப் போலத்தான் என் துயரமும் இனியொரு பொழுதும் நிற்காதோ என உளம் வெம்பிய இலையுதிர்காலம் அது. எப்போதும் உணர்ச்சிகள் உருண்டுபிரண்டு அடம்பிடித்தாலும், அவற்றை மாற்றி இதமாக்கும் இயற்கை கூட கைவிட்டதொரு பருவம். முகத்தில் தெறித்த சாரல்கள் கூட ஊசிகளைப் போல குத்துவதான பாவனையில் நின்றுகொண்டு இருந்திருக்கின்றேன்.

நாம் யார்? நாடகம் ஒன்றில் நமக்குத் தரப்பட்ட கதாபாத்திர மொன்றில் நடித்துக் கொண்டிருப்பவர்கள்தானா? திரை விலகும்போதும் திரை மூடிய பின்னும் ஏதேதோ உணர்ச்சிகளால் உருட்டப்பட்டுக் கொண்டிருக்கும் நாம் எதை எதிர்பார்த்துக் காத்துக் கொண்டிருக்கின்றோம். புதிய புதிய நாடகங்கள். புதிய புதிய கதாபாத்திரங்கள்.

இப்போது முகத்தில்படும் சாரல் இனிதாகத் தோன்றுகின்றது. ஊசிக் கூர்மை போய், மயிலிறகின் வருடல். இந்த நீர்வீழ்ச்சி இரவும் பகலுமென ஒரே மாதிரியாகத்தான் வீழ்ந்துகொண்டிருக்கின்றது. நான்தான் எனக்கிருக்கும் மனோநிலைக்கு ஏற்ப மாற்றி மாற்றி உணர்ந்துகொண்டிருக்கின்றேன் போலும். இதமோ, வலியோ இல்லாத எந்தவொரு உணர்நிலைக்கும்

அப்பாற்பட்ட ஒரு எல்லைக்குப் போவதற்குத்தான் இந்தளவு பிரயத்தனப்பட்டிருக்கின்றேனோ தெரியாது.

இலைகள் மஞ்சள், செம்மஞ்சள், சிவப்பாக மாறிக் கொண்டிருக்கின்றன. இன்னும் சில நாட்களில் இலைகள் அனைத்தும் உதிரும். கிளைகள் மட்டுமே மிஞ்சும். பிறகு கொஞ்சக்காலத்தில் மீண்டும் பச்சையாகத் துளிர்க்கும். இதுதான் இயற்கையெனில் இப்படித்தான் இல்லாதவற்றை யோசித்து யோசித்துக் குழம்புவதுதான் என் இயல்பும் போலும்.

இப்போது நீ இருக்கின்றாய். அணைத்துக்கொள்கின்றேன்.

11

(i)

நீ வாசித்துப் புரியா மொழியில் நமக்கான காதலை எழுதிக்கொண்டிருக்கின்றேன். நமக்குப் பொதுவான மொழியில் எழுதினால்தான் என்ன என்கிறாய்.

தனித்திருந்து வாழ்வை, அதன் ஏகாந்தத்தை இரசிக்கத் தெரிந்தவனுக்கு, தன் காதல் உணர்வுகளையும் கட்டாயம் யாருக்கும் சொல்லவேண்டும் என்கின்ற அவசியமில்லை. பிறரோடு பகிராமலே எத்தனை அழகிய காதல்கள் ஒவ்வொருவருக்குள்ளும் முகிழ்ந்திருக்கின்றன, பொழுதுகளைச் சிலிர்க்க வைத்திருக்கின்றன.

எல்லாவற்றிற்கும் ஏதாவது காரணங்களை வைத்திருப்பவன் நீ என்றாய்.

எல்லாவற்றின் மீதும் விமர்சனங்களை வைத்திருக்கும் உன்னை நெருங்கவே முடியாது என்பதன் கடந்தகாலத்தின் எதிரொலியா இது - தெரியவில்லை.

அன்பே, ஒரு முத்தம் சொல்லித்தருவதை விட இந்த மொழி எதைத்தான் நமக்குக் கற்பித்துவிடப் போகிறது?

(ii)

வசந்தகாலத்தின் வருகையை முதலில் தெரிவிப்பது அந்த மரந்தான். எல்லா மரங்களும் பசுமையைத் தேடியலைய, இது மட்டும் இலையெல்லாம் மஞ்சளாக விரித்து சிரிப்பதென்பது ஓர் அதிசயந்தான். இன்னொருபுறத்தில் சாம்பல் நிறத்தில் ஒரு குருவி சிறுகச்சிறுக கூடு கட்டிக்கொண்டிருக்கின்றது.

நேசமென்பதும் மழைபெய்ய பறவையொன்று சட்டென்று சிறகை விரிக்கவும், சிலிர்க்கவும் செய்கின்ற ஒரு நிகழ்வு. அதன் வருகையிற்காக கடந்தகாலத்தில் பெற்ற எல்லாத் துயரங்களையும் மறந்துவிடலாம் போலிருக்கின்றது.

மண்ணிறக்காரியான நீ மென்மஞ்சள் ஆடையுடன் வந்தபோது மஞ்சளாய் இலைகள் விரித்த மரத்தையும், சாம்பல் நிறக்குருவியின் கழுத்து ஆரத்தையும் மீண்டும் நினைவுபடுத்தினாய்.

உன்னோடு இருத்தலென்பது இயற்கையை ஆரத்தழுவலும் கூட.

(iii)

கடல் எப்போதும் தனக்குள் சிறகு முளைத்து பறக்கத்துடிக்கும் பல்வேறு கதைகளைப் பதுக்கி வைத்திருக்கின்றது. கரை தொடும் அலைகளை வாஞ்சையோடு வருடத் தெரிந்தவர்க்கு அது தன் கதைகளை ஒவ்வொன்றாய் அவிழ்த்துக் காட்டுகின்றது. கடலோடு, விடிகாலையில் வெயிலேறிய மதியத்தில் அந்தி சாயும் மாலையில், இருள்மூடிக்கிடக்கும் நள்ளிரவில் இரண்டறக் கலக்கத் தெரிந்தவர்க்கு - அது நகர்ந்து செல்கின்ற ஒரு போதிமரம்.

ஆதியிலே சொற்களில்லாத பெரும் மௌனம் இருந்தது. இரைந்து கொண்டிருக்கும் அலைகளுக்கிடையில் அமைதியைக் காண முடிந்தவர்க்கு, எட்டித் தொடுகின்ற தூரத்தில் ஒரு போதிசத்துவா காத்துக் கொண்டிருக்கின்றான்.

மனிதர்கள் நிழல்களைப் போல மறைந்துகொண்டிருக்கும் வாழ்வில் நாம் எதைத் தேடிக்கொண்டிருக்கின்றோம். நீரில் விழும் நிலவின் வர்ணத்தைக் கைகளில் பிடித்துவிட முடியுமென்று நம்பும் மழலையைப் போலத்தான் எல்லாப் பொழுதும் எதுவுமற்றுக் கரைகின்றனவோ?

கடக்கமுடியாத் தனிமையை இங்கேதான் கரைத்து, மீளவும் எழுந்தேன் என கடலொன்றைக் காட்டிக்கொண்டிருக்கின்றேன். வெறுங்கால்களுடன் நடக்கும் எம் தடங்களை அலைகள் வந்து சுவடுகளின்றி அழித்தபடி போய்க் கொண்டிருக்கின்றன.

பூரணை நிலவு.

நிலவைச் சுட்டிக்காட்டும் விரல்களைப் பார்த்தபடி அழகிய நிலவை தவறவிட்ட கதைதானோ, இதுவரை கடந்துவந்த வாழ்வென நெஞ்சலறி அதிர்கின்றது. மனதின் தவிப்பு புரிந்தோ அல்லது புரியாமலோ என் விரல்களை இதமாய்க் கோர்த்துக் கொள்கின்றாய்.

நேற்று, நம்மிடையே கவிழ்ந்திருந்த பெரும் மௌனத்தினூடு நாம் இதுவரை கடக்காத் தூரங்களைப் பேசிக் கடந்தோம்.

12

இலையுதிர்த்து உறங்குநிலைக்குப் போயிருந்த மரங்களிலெல்லாம் இப்போது கொஞ்சம் கொஞ்சமாய் மென்பச்சை துளிர்கள் தளிர்க்கத் தொடங்கிவிட்டன. இருக்கும் துண்டு நிலத்திலும் எதையாவது கட்டிவிடத் துடிக்கும் மனிதர்களின் பேராசையைப் பார்த்தபடியும் இன்னும் பச்சையம் இழக்காத இந்த மரங்கள்தான் எத்தகைய மகத்துவம் வாய்ந்தவை.

ஒவ்வொரு வருடமும் சொந்தமாக ஒரு சைக்கிளை வைத்திருக்க வேண்டும் என்கின்ற ஆசை இறுதியாய் நிறைவேறிவிட்டது. நமது சைக்கிள் சக்கரங்கள் உருண்டு கொண்டிருக்கின்றன, அதைவிட வேகமாய் 'விசையுறு பந்தினை'ப்போல மனம் விரைகின்றது. மேடும் பள்ளமுமான நிலங்கள் கடந்து, தான்தோன்றித்தனமாய் வளர்ந்திருந்த செடிகளின் பூக்களின் அழகில் கிறங்கி, வாவி நோக்கி பறக்கும் இரண்டு பறவைகளில் சிறகசைப்பை நிதானமாய் இரசித்து நீள மிதிக்கின்றோம் எமது சைக்கிள்களை.

இதுதான் நான் படித்த உயர்கல்லூரியென சூரிய ஒளி சுவர்களில் சிதறி மிதந்து கொண்டிருந்த ஒரு இடத்தைக் காட்டினாய். இங்கேதான் எனது முதல்காதல் முகிழ்ந்து இந்த இடத்தில்தான் எனது முதல் முத்தத்தைப் பெற்றேனென இரண்டு கட்டடங்களுக்குள் இடையிலிருந்த சிறுபாதையைச் சுட்டினாய். எனது முதல் முத்தம் பெருமரத்தின் கீழே, ஆனால் கட்டடங்களுக்கிடையில் அல்ல, பூங்காவில் நின்ற மரங்களிடையே எனச் சொல்கிறேன்.

பூங்காக்களில் காலமாகிப் போனவர்களின் ஞாபகங்களாய் மரங்களை நாட்டி பெயர்களைக் குறிப்பதுபோல, ஏன் நமது முத்தங்களின் நினைவுகளுக்கும் மரங்களை நாட்டக் கூடாதென கேட்டேன். அவற்றுக்கு முத்தமரங்களென பெயர் சூட்டி, இங்கே முத்தமிடுவதற்கு மட்டுமே அனுமதியெனவும் எழுதி வைக்கலாமென சொல்லிச் சிரித்தாய் நீ.

அருகிலிருந்த DQஇல் வாங்கிய ஐஸ்கிறிமை பாடசாலை மைதானத்துப் பெஞ்சில் இருந்து குடித்துக் கொண்டிருந்தபோது, விளையாட்டுக்கள் மீதிருக்கும் பெருவிருப்பையும் எனக்குப் பிடித்த ஆட்டங்களையும் சொல்லிக் கொண்டிருந்தேன். வெற்றியையும் தோல்வியையும் நிர்ணயிக்காத விளையாட்டுக்கள் மீதே உனக்கு ஈர்ப்பிருக்கிறதெனக் கூறினாய். எதை நோக்கியோ அல்லது ஒரு முடிவை நோக்கியோ விரைந்து செல்வதே வாழ்விற்குரிய இலட்சியமாகவும், இலட்சணமாகவும் நிர்ணயிக்கப்படுகின்ற காலத்தில் விளையாட்டுக்களும் அதையே எல்லைகளாகக் கொண்டிருப்பதும் பெரிய விடயமில்லை என்றாய். தோற்பதில் எந்த அவமானமில்லையென்றும் தோற்பவராலேயே புதிதாய் நிறையக் கற்றுக்கொள்ள முடியுமெனவும் முன்னெப்போதோ நினைவில் பதிந்து வைத்திருந்தது, எனக்குள் இப்போது மின்னிவிட்டு மறைந்தது.

ஏற்றம், இறக்கம், சமதரையென எல்லா நிலப்பரப்புக்களையும் சைக்கிளால் கடப்பது போல ஒருநாளின் வாழ்வென்பதும் அனைத்துத் தருணங்களையும் உள்ளடக்கியது. இதுதான் நல்லதென எந்த இடத்திலும் நின்றுவிட முடியாது. ஒவ்வொரு புள்ளியையும் வாழ்வு உருண்டோடிக் கடந்து கொண்டேயிருக்கின்றது.

ஒவ்வொரு நேசிப்பின் பின்னால் வெறுப்பும், ஒவ்வொரு உறவின் பின்னால் பிரிவும், எப்போதும் மறைந்துகொண்டிருக்கின்றது என்று நன்கறிந்தபின்னும் ஏன் நாம் நேசிக்க விழைகின்றோம். நமக்குள் பெருகிக் கொண்டிருக்கும் அன்பினைப் பிறருக்கு பகிர்தலே அற்புதமென காதலிக்க விழையும், நாம் பிறகு ஏன் அந்த நேசத்தைக் கொண்டே, பின்னர் இன்னொருவரை கட்டிப்போட முயல்கின்றோம்.

எனக்கு முன்னே கேசம் காற்றில் பறக்க, கழுத்தில் வியர்வை வழிய, ஒற்றைக் காற்கொலுசோடு சைக்கிள் ஓடிக்கொண்டு போகும் உன்னைவிட என் கேள்விகள் இன்னும் வேகமாய் விரைகின்றன.

என்னுடைய பலவீனங்களுடன், நான் விரும்புகின்ற வாழ்வுநிலைக்கு இன்னமும் போகவே முடியாத நான், உன்னை நேசிக்காமலே இருந்திருக்கலாமோ எனச் சந்தேகங்கள் காற்றில் அலையத் தொடங்க சோர்ந்து போகின்றேன்.

காதலென்பது எதன் பொருட்டும் சமரசம் செய்யாதது மட்டுமல்ல, சுதந்திரத்தின் சிறுநுனியையும் கருக்காமல் இருப்பதும் கூட. எப்போதேனும் ஒருநாள் நாங்கள் பிரிந்து போனாலும் இதே காதலுடன் உன்னை அனுப்பிவைக்கும் மனம் வாய்க்க வேண்டும்.

13

1.

நேற்று உன் கனவில் நான் வந்ததாய் நீ சொன்னபோது என் உள்ளம் எவ்வளவு பூரித்தது தெரியுமா? நாம் யாருடைய நடமாடும் நிழல்கள் என்று மௌனி எழுதிக் கேட்டிருக்கிறார். நான் உன் கனவின் எந்த நிழலாக வந்திருப்பேன். காயங்களைக் கொடுத்தபின்னும் ஒருத்தியின் உள்மனதில் நான் நடமாடித் திரிவது எத்தகை அழகானது.

ஏன் இதை எழுதுகையில் என் உள்ளம் ததும்புகிறது. விழிகளில் பனிப்புகார் போல ஏன் நீர் கசிகிறது. அற்புதமாய் எதுவுமே செய்யாத போதும் நினைப்பதற்கு ஒருவர் இருக்கிறார் என்பது பேரானந்தம் அல்லவா.

உன்னைப் போன்றவர்கள் இருக்கும்போது நான் தொடர்ந்து தளிர்த்தபடியே இருப்பேன். என் கிளைகளைத் துயரம் ஒவ்வொன்றாக வெட்டிச் சாய்க்கின்றபோதும், உன் சிரிப்பின் பச்சையத்திலிருந்து நான் வான்நோக்கி விகசித்தெழுவேன்.

2.

ஏழெட்டு அழைப்புக்கள் தவறவிடப்பட்டு துயில் எழுபவனின் காலை ஆசிர்வதிக்கப்படுகிறது. அவனைச் சூழ்ந்திருக்கும் பனி கதகதப்பாகின்றது. அவன் வாழ்வதற்கான இன்னொரு நாள் அருளப்படுகிறது.

உன் அழைப்புக்களைத் தவறவிட்டு, நீ என்னை ‘மிஸ்’ செய்கிறாய் என்று அனுப்பிய தகவலைப் பார்த்தபோது நான் இப்படித்தான் உணர்ந்தேன்.

பிறர் மீது காருண்யமும், எப்போதும் மகிழ்ச்சியில் வெடித்துச் சிரிப்பவளினதும் ஆசி கிடைப்பது என்பது அவ்வளவு எளிதல்ல.

நீ வர்ணங்கள் உதிரும் இலையுதிர்காலத்தில் அன்னை மேரியின் பேரன்போடு என் வாழ்வின் சாலையில் ஒரு அற்புதமாக நிகழ்ந்து விட்டிருக்கிறாய்.

3.

ஏன் நம்மால் ஒரு முடிவை எடுக்கமுடியாது இருக்கின்றது? ஏன் நம்மால் எது தேவையென்பதை உணரமுடியாது இருக்கின்றது? இப்படியே கடைசிவரை எதிலும் பற்றுவைக்காது வாழ்வை முடிக்கப் போகின்றோமா என்று நீ குழப்பத்தோடு கேட்டபோது அது உனக்கான கேள்வி மட்டுமல்ல, எனக்கான கேள்வியும் என்றே நினைத்துக்கொண்டேன்.

நான் இப்படி நினைக்காத நாட்களேயில்லை. எது எனக்குத் தேவை என்று தெளிவாகத் தெரியாது அலைந்துகொண்டிருக்கும் ஒரு தேசாந்திரியாகவே இருக்கின்றேன் போலும். எத்தனையெத்தனை அருமையான சந்தர்ப்பங்களைத் தவற விட்டிருக்கின்றேன். 'வயல்காட்டில் சோளப்பொமைகளுடன் காவல் காக்கும் பெண்கள், தாங்கள் சந்திக்கும் வழிப்போக்கர்கள் ஒருமுறை கடந்து போனபின் பிறகு ஒருபோதும் ஏறெடுத்துப் பார்ப்பதில்லை' என எப்போதோ எதிர்காலத்தை எதிர்வு கூறிவிட்டேனோ என்றும் நினைப்பதுண்டு.

எத்தனை கனவுகள் நமக்கு? எல்லாக் கனவுகளையும் எம் மனங்களில் நெய் விட்டு சுடரிட்டு எரிப்பவை நம் முடிவுறாத விருப்பங்கள் அல்லவா?

பிரியமே, நம்மை அடிக்கடி தொந்தரவுக்குள்ளாக்கும் இந்தக் கேள்விகளைச் சற்று ஒதுக்கிவைப்போம்.

உன் ஒவ்வொரு பாடல்களின் முடிவிலும் நான் ஓர் இராகமாய் வந்துவிட விரும்புகிறேன். நமக்கான துயரங்களை ஒதுக்கிவைத்து, வான்கோவின் வசந்தகாலப் பூக்களின் மலர்ச்சியுடன் பிரியங்களை நான் பேசியாகவேண்டும்.

நான் உன் தோளில் சாய்ந்து, அந்தி சாயும் கடற்கரையில் அமர்ந்தபடி, உனக்கான பாடல்களை மௌனத்தில் இசைக்க விரும்புகிறேன். எனக்காகக் கொஞ்சம் செவி கொடுப்பாயா?

14

பிரிய....,

நாங்கள் சந்தித்து இன்றோடு கிட்டடத்தட்ட ஆறு மாதங்களாகி விட்டன. அதற்கும், இப்போது பிறக்கும் புதிய வருடத்துக்குமாய் முதலில் என் வாழ்த்துகள்.

உங்களை எனது வாழ்க்கைப் பயணத்தில் சந்தித்தது மிக்க மகிழ்ச்சி தருகின்ற விடயம். தற்செயல்களின் அழகினை எப்போதும் நான் ஆராதிப்பவன். அவ்வாறே நீங்கள் தற்செயலின் அற்புதமாக கடந்த வருடத்தில் என்னிடம் வந்து சேர்ந்தீர்கள். ஒரு நதி மழைக்காலத்தில் பெருக்கெடுத்துப் பாய்வதைப் போல, நமக்கிடையில் காதலும் பொங்கிப் பிரவாகித்தது.

அது அடித்துச் சென்ற கரைகளையெல்லாம் நமது மணிக் கணக்கான பேச்சுக்களும், காத்திருப்புக்களும், நமக்கே உரிய அந்தரங்கமான பொழுதுகளும் நன்கறியும். என் வாழ்வில் எத்தனையோ பெண்களைச் சந்தித்திருக்கின்றேன். ஒவ்வொருவரும் அவரவரளவில் வித்தியாசமானவர்கள். கொண்டாட்டத்தின் களிப்பை மட்டுமில்லை, தெரியாத பலவற்றை நிறையக் கற்றும் தந்திருக்கின்றார்கள். என்னை உறங்கவைக்க நீங்கள் பாடிய பாடல்களும், எனக்காய் எழுதிய கவிதைகளும் என்றும் நினைவில் நிற்கும்.

நாம் பறவையைப் போல பறந்துகொண்டிருப்பவர்கள். கொடுக்கவேண்டிய நேசத்தை வாரிக் கொடுப்பதும், அது வற்றும்போது நாடோடிகளைப் போல அனைத்தையும் உதறி நகர்ந்துகொண்டிருப்பவர்களும் அல்லவா?

நீங்கள் ஏற்கனவே நகர்ந்துவிட்டீர்கள். நான் கொஞ்சம் நம்பிக்கையுடன் காத்திருந்திருக்கின்றேன். அது என் இயல்பு. ஒரு

காதல் விலகிப் போகும்போது என்னால் இயன்றளவு முயன்றவரை முயற்சிப்பதும், பிறகு நகர்ந்து போவதையும் என் அனுபவங்கள் வழி நான் கற்றது. பிறகு எதன் பொருட்டும் அரிய விடயங்களை இழந்து விட்டோமென்று கலங்கிவிடக் கூடாதென்பது என் விருப்பமாகவே இருக்கும்.

இங்கே இப்போது வசந்தகாலம். உங்களை இலையுதிர்காலத்தில் சந்தித்தேன். அது அவ்வளவு அழகாக இருந்தது. பனிக்காலத்தில் நிறைய முரண்களும் விரிசல்களும் வந்து போயின. பருவ காலங்களைப் போன்றதுதானே காதல். பனிக்காலத்தின் பின் இலைதுளிர்க்கும், வசந்தம் நம்முறவிலும் வரக்கூடுமென கொஞ்ச நம்பிக்கை இருந்தது. நீங்கள் கூறியதுபோல எனக்கும் 'ஏதோ மனசு விட்டுப் போச்சு' என்பதை இப்போது உணர்கிறேன்.

நமக்கான இனிமையான அனைத்து நினைவுகளையும் சேகரித்துக் கொண்டு நான் உங்களை விட்டு நகர்கின்றேன். எப்போதேனும் ஒருநாள் உங்களை நான் நேரில் சந்திக்கலாம். அப்படி இல்லாதுவிடினும் பரவாயில்லை. உங்களைப் பற்றி வியந்து கதைகள் சொல்லவோ நினைக்கவோ என் தொடரும் பயணங்களில் இடங்கிடைக்குமென நம்புகிறேன்.

மகிழ்ச்சியாக இருங்கள். இந்த வாழ்வை இதேபோல எப்போதும் கொண்டாடிக் கொள்ளுங்கள்.

உங்களின்,

......

15

பனியுறைந்து பாளங்களாய் மரங்களிலிருந்து விழுகின்ற பொழுதை வெறித்தபடி இருக்கின்றேன். காற்று ஊளையிட்டபடி சுழன்று சுழன்று அடித்தபடியிருக்க குளிர் கால்களின் நரம்புகளுக்குள்ளும் ஊடுருவுகிறது. உறைந்து கிடக்கும் பனித்திடலில் ஒரு மிருகத்தின் பாதங்கள் வளைந்து வளைந்து நீண்டபடி வந்து கொண்டேயிருக்கின்றன. ஏதோ ஒன்றிற்கான அழைப்பைப் போல நான் அவற்றை உருவகித்துக் கொள்கிறேன். இன்னமும் என் பின்வாசல் அறையை எட்டிவிடாத அந்தச் சுவடுகள், நானின்னும் வாழ்வதற்கான காலக்கடிகாரத்தின் விந்தை எண்ணிமங்களாக இருக்கவும் கூடும்.

உருவழித்து, உருவங்கள் அழித்து, சொற்களை இணைத்தும் பிளந்தும் எதைத் தேடிக் கொண்டிருக்கின்றேன். நாம் நடந்து கொண்டிருக்கும் இருண்ட பாதையின் முடிவில் சிறு ஒளி எஞ்சுமென எம்மை நாமே உந்தித்தள்ளிக் கொண்டிருப்பதை, கேலி செய்வது போலத்தான் காற்று ஊளையிட்டுக் கொண்டிருக்கின்றதோ? கனவுகளுக்குள் எப்போதும் சுழன்றபடியிருக்கும் ஊதாநிறச் சுவாலைகள், அதன் உச்சியில் தலைவிரித்தபடி நாக்குச் சுழற்றியபடியிருக்கும் காளியின் உக்கிர கண்களைத் தாண்டிப் போகும்போது எஞ்சுவது எதுவாக இருக்கும்?

மரம் பட்டது நன்கு தெரிந்தும், அடிவேரில் நீருறிஞ்சி பச்சையம் விரிக்குமெனும் கானல் நம்பிக்கையைப் போல, எதன் வருகையிற்காய் நான் காத்திருக்கின்றேன். கருணையின் கடைசித் துளியை எதன் பொருட்டோ அல்லது எவர் பொருட்டோ கைவிட வேண்டியிருப்பது எவ்வளவு துயரமானது என்பதை நீங்கள் அறிதல் கூடுமோ?

பனிப்பாளத்தின் தெறிப்புடன், புத்தரின் ஆழ்கடல் அமைதியுடன் நீ வந்து கொண்டிருந்தபோது, நான் எவருக்காகவோ, மீளவரக்கூடுமென கடைசிவரை பதுக்கி வைத்த பச்சையமும், கருணையின் பெருந்துளியும் விடைபெற்றுக் கொண்டு போவதைப் பார்த்தேன். எவரெவராலோ எதன் எதனாலோ முதுகில் செருகப்பட்ட வன்மத்தின் ஆணிகள் துருப்பிடித்து என்னிலிருந்து உதிர்ந்து போகக் கண்டேன். கண்களுக்கு தென்படாத பிசாசுகளோடும், பிடரியின் பின் குசுகுசுக்கும் குரல்களோடும் போரிட்டு நான் தோற்றுக் கொண்டிருந்த எண்ணற்ற களங்கள் சூரிய ஒளியில் கரைந்து கொண்டிருந்தன.

இப்படி ஒருவரால் சிரிக்கவைக்க முடியுமாவென, இவ்வளவு ஒருவரால் நேசிக்க முடியுமாவென, இத்தனைக்கும் அப்பால் இன்னுமின்னும் பெருங்காதலின் பைத்தியக்காரத்தனத்திற்குள் நுழைய முடியுமாவென வியக்கவைத்துக் கொண்டிருக்கும் உன்னை ஒரு சொட்டு விசம்போல காயப்படுத்தும் திமிரின் கொடுக்குகள் என் வசத்தும் உரித்து. நீலம் பாரித்த கடலில் நீ நீந்தி வந்து என்னை அரவணைக்கும் போதெல்லாம் இந்தத் திமிரின் கொடுக்குகள் என் உடலின் தசைகளை ஊடறுத்துச் சென்று எனக்கான மன்னிப்புக்களைக் கோரக் கூடாதோவென ஏங்கி நிற்கின்றேன்.

எல்லாவற்றையும் கைவிடவே விரும்புகின்றேன்; ஆனால் எதனையும் கைவிடாத துயரங்களுடன் தினமும் பாவங்களைச் சுமந்து கொண்டிருப்பவனாக அலைந்தபடியிருக்கின்றேன்.

இந்தப்பனிக்காலம் கடந்து போகும்வரையாவது என் கொடுக்குகளை ஓர் ஓரத்தில் விட்டுவிட்டு அரவணைப்பின் கதகதப்பிற்குள் பதுங்கிக்கொள்ள விரும்புகிறேன். எண்ணற்ற வருடங்களின் பின் எதன் பொருட்டோ, எவர் பொருட்டோ தொலைத்துவிட்ட பேரமைதியை உன் மூச்சுக்காற்றில் நான் கண்டுகொள்கின்றேன்.

16

எப்போதும் தனிமையிற்குள் புதைய விரும்பும் நான், அந்த மாலையை விரும்பியே உருவாக்கினேன். வருவதற்கு நேரமாகும் என்று நீ சொன்னபோதும், காத்திருக்கின்றேன் என புத்தகத்தை விரித்து வைத்திருந்தேன்.

இம்முறை செல்லுமிடத்தை என்னைத் தீர்மானிக்கச் சொன்னாய். நாங்கள் அந்த *pub*இற்கு நடந்து போய்க் கொண்டிருந்தபோது மாலைச்சூரியன் உன் பொன்முடிகளில் ஒளிர்ந்து கொண்டிருந்தது. மென்னிருள் சூழ்ந்த மெல்லிசை கசிந்த இடத்தைத் தேர்ந்தெடுத்துக் கொள்கின்றோம். உனக்குப் பிடித்தமானது ஆலிவ்கள் மிதக்கும் மார்டினி என்றாலும் இன்றென் தேர்வென்பதால் பெருங்குவளை நிரம்ப பியருக்கு ஓடர் கொடுத்தோம்.

உன்னோடு மட்டுமின்றி பிறரோடும் ஓர் எல்லைக்கு மீறி எதுவும் தொடர்ந்து கதைக்க முடியாது வந்துவிடும் அலுப்பு இன்றும் எட்டிப் பார்த்து விடுமோ எனப் பயந்து கொண்டிருந்தேன்.

எமக்குத் தரப்பட்ட குவளைகளில் 'அலெக்ஸாண்டரை' நிரப்பிக் கொள்கின்றோம். மிதமாகப் பொரிக்கப்பட்ட இறால்கள் துணைக்கு வந்து நிற்கின்றன. ஜோர்ஜ் எஸ்ராவின *Budapest* பாடலின் *"Give me one good reason/ Why I should never make a change/Baby if you hold me/Then all of this will go away"* வரிகளில் நின்று நிதானித்து மீள்கின்றேன்.

பெற்றோர் இன்னொரு நாட்டிலிருக்க பதின்மத்தில் இந்நாடு ஏகியவள். இங்கே வந்த தொடக்கத்தில் நெருக்கமாயிருந்த தோழியொருத்தியை நெடுங்காலத்தின் பின் விலத்தவேண்டிய ஊடலைச் சொல்லிக் கொண்டிருந்தாய். நட்பென்பது அவ்வப்போது அடிபடுவதும் பிறகு அரவணைத்துக் கொள்வதுந்தானே.

மணித்தியாலங்கள் கழிவது தெரியாது நிறையக் கதைத்துக் கொண்டிருந்தோம். உணவருந்தி வெளியே வந்தபோது இரவு இன்னும் அழகாய்த் தெரிந்தது. பெருநகரத்தில் திசைகள் தொலைந்து சப்வேயைத் தேடி நடந்தபடியே இருந்தோம். ஆனால் அது அலுப்போ சோர்வோ தராத நடை. சிலவேளை இந்தப் பொழுது இப்படியே கைநழுவிப் போய்விடக்கூடாது என்றுதான் திசைகளைத் தொலைத்தமாதிரி அலைந்து கொண்டிருந்தோமோ தெரியாது.

நீ இன்னும் அழகாய் இருப்பதாகவும், நான் இன்று நிறையச் சிரித்துக் கொண்டிருப்பதாகவும் இருவரும் மாறி மாறி நம்மைப் பாராட்டியும் கொண்டோம்.

அன்றைய என் தனித்த சப்வே பயணம் எனக்கு வழமை போலில்லாது இனிமையாய் இருந்தது. ப்ராட்வே ஸ்ரேசனைக் கடக்கும்போது றொறொண்டோவின் அழகை மறைக்கின்றதாய் எரிச்சல் தரும் நெடிதுயர்ந்த கட்டடங்கள் இன்று ஒரு பொருட்டாகவே இருக்கவில்லை.

என்னிருக்கையிற்கு எதிரே முத்தமிட்டுக் கொண்டிருந்த இணையிற்கு, எப்போதாவது அரிதாய்த் தோன்றும் புன்னகையொன்றைப் பரிசளித்தேன்.

எவரது வெளியையும் எவரும் குறுக்கிடாத, எவர் மீது எவரும் சார்ந்திடாது, இது என்னவகையான உறவென்று தெரியா நேசம் இரவில் ஒரு மின்மினியைப் போல் இன்னமும் பறந்து கொண்டிருக்கின்றது.

இது போல ஒரு பொழுது இனி இப்படி வனப்பாய் அமையுமா தெரியாது. இதே அனுபவம் இன்னொருமுறை வாய்த்தால் இப்படி நிறைவாய் இருக்குமா என்றும் தெரியவில்லை.

காதலில் மட்டுந்தானா எல்லாம் தொலைந்து பறத்தல் சாத்தியம்?

17

அன்பின் ....யிற்கு,

நமக்கிடையே கடிதங்கள் எழுதி நீண்டகாலமாயிற்று. ஆயினுமென்ன, ஒரு மலர் மலர்வதைப் போல, சட்டென்று ஒரு புள்ளியில் இருந்து எதையும் பேசிவிடும் நேசம் நமக்கிடையில் இப்போதும் இருக்கிறதல்லவா? அதுபோதும்.

ஒரு வருடத்தின் முடிவில் இருந்து உங்களுக்கு இதை எழுதிக் கொண்டிருக்கின்றேன். நாளை மற்றொரு நாளே என்று சலிப்பதைவிட, நாளை என்பது இன்னும் அறிய முடியாத புதிய புதிர்களை அவிழ்க்க நமக்காய் வைத்திருக்கின்றது என்பதை நினைக்க மனதிற்குள் ஒரு ஆனந்தம் எட்டிப் பார்க்கின்றது.

எவ்வளவோ ஆயிரக்கணக்கான மைல்கள் தொலைவிருந்தாலும், மனங்களில் நெருங்கி எனது பலங்களை மட்டுமில்லாது, பலவீனங்களையும் பேசிக்கொள்ள ஒரு நேசம் கிடைத்திருப்பது அருமையானதுதான்.

இந்த வாழ்க்கையை ஒரு பயணியைப் போல வாழவும், இடையில் தரிசிக்கும் பொழுதுகளை அதன் இயல்புகளோடு நேசிக்கவும் விரும்புகின்றவர்கள்தானே நாம். ஒரு நாள் எல்லாவிதமான ஏற்ற இறக்கங்களோடு இருந்தாலும் அதை அவ்வாறே இரசிக்கின்ற மனோநிலையைத்தான் எப்போதும் என்னோடு வைத்திருக்க வேண்டுமென விரும்புவேன்.

இதற்கிடையில் எனக்கே பிடித்தமான தனிமை, அது சிலவேளைகளில் கொஞ்சம் பயமுறுத்தினாலும் அதையும் என்னோடு கூடவே வைத்திருக்கவே விரும்புகின்றேன். அதேபோன்று என்னையறியாமல் சிலரோடு உரையாடும்போது வரும் வெஞ்சினத்தை வேறொரு வடிவத்திற்கு மாற்றவும்

பிரியப்படுகின்றேன். அருமையான மனிதர்களை எதற்காய் நம் கோபத்தில் பொருட்டு விலகி விரட்டவேண்டும்.

உங்களுக்கு கடந்தமுறை எழுதிய கடிதத்திற்கும், இப்போது எழுதும் கடிதத்திற்கும் இடையில் ஓர் அழகான காதலைப் பெற்றிருந்தேன். எனக்குப் பிடிக்கும் என்பதற்காய் மூக்குத்தி கூட எனக்காய் அணியத்தொடங்கிய, அவரையும் கைகளில் அள்ளிய நீர் ஒழுகிக் கரைந்து போவதுபோல பின்னர் இழந்திருக்கின்றேன்.

வாழ்க்கை என்றால் எல்லாமும் சேர்ந்ததுதானே. காதல் தந்த இனிமையைப் போல, அது விட்டு விலகிப்போகும் தரும் துயரையும் ஏற்றுக் கொள்ளத்தான் வேண்டும். ஆதலால் நேசத்தின் பொருட்டு எந்த முறைப்பாடுகளுமில்லை.

குழந்தைத்தனமும், பைத்தியக்காரத்தனமும் எப்போது வெளிப்படும் என்று தெரியாத ஒருவனை நேசித்தல் என்பது அவ்வளவு எளிதுமல்ல. ஆனால் என் வாழ்வின் நேசத்தின் பொருட்டு வந்த பெண்கள் அனைவரையும் என் நினைவுகளின் சேகரத்தில் பத்திரமாகச் சேகரித்து, அவர்களைப் பற்றியதான கதகதப்பான நினைவுகளை எப்போதும் அசை போட்டபடியே இருப்பேன். ஒரு பெண்ணைச் சந்திப்பதும், அவள் தனது காதலைத் தருவது என்பதும் எவ்வளவு அற்புதமான விடயம்? அது தரும் சிலிர்ப்பான நினைவுகளுக்காகவே இந்த துயரங்களை எல்லாம் தாங்கிக் கொள்ளலாம் போலத் தோன்றுகின்றது.

நேசமின்றிய ஒரு வாழ்வை என்னால் ஒருபோதுமே எண்ணிப் பார்க்கவே முடியாது.

பிரியங்களுடன்,
....

18

உங்களுக்காய் ஒரு நாள் இனிதாய் விடிகிறது. மென்வெயிலும் முற்றத்தில் சிறகடிக்கும் பறக்கும் சாம்பல்நிற flycatcherகளும், செம்மஞ்சள்நிற ரொபின்களும் விடியலுக்கு வேறொரு வனப்பைத் தந்துவிடுகின்றன. என்றோ ஒருநாள் குதூகலத்தின் எல்லையில் நீங்கள் ஏவிவிட்ட வெடியொன்று பக்கத்து வீட்டுக் கூரையை உரசியதால் உங்களோடு முரண்பட்டு, முகத்தை இறுக்கமாய் வைத்திருப்பவர் கூட, புற்களைப் பராமரித்தபடி வழமைக்கு மாறாய் காலை வணக்கம் கூறுகின்றார். மேலும் இன்று நீங்கள் உங்களுக்கு மிகப்பிடித்தமான ஆடையையும் அணிந்திருக்கின்றீர்கள் என்பதால் உங்கள் பெருமிதம் உங்கள் உயரத்தை ஓரங்குலம் உயர்த்தியும் விட்டிருக்கின்றது.

காதுகளில் ஹெட்போனை மாட்டியபடி நடக்கத் தொடங்கு கின்றீர்கள். உங்களுக்குப் பிடித்த Katy Perryஇன் "You don't have to feel like a wasted space/ You're original, cannot be replaced/If you only knew what the future holds/ After a hurricane comes a rainbow" குரல் இழைய இழைய நீங்கள் வானத்தில் பறக்கத் தொடங்கியும் விடுகின்றீர்கள். ஏறும் பஸ்சில் நெரிசல்தானென்றாலும் உங்களுக்குப் பிடித்த அடிக்கடி சந்திக்கின்ற இரண்டு பெண்களும் ஏறிவிடுவதால் அது அலுப்பான பயணமாகவும் தெரியவில்லை. பஸ்சிலிருந்து இறங்கி சப்வே இரெயின் எடுக்கப்போகும்போது -மூன்றாவதான- மீண்டுமொருமுறை திருப்பிப் பார்க்கவைக்கும் பெண்ணைச் சந்திக்கின்றீர்கள்.

இரசிக்க விருப்பமிருப்பினும் பார்வையை எப்படியோ சுழித்து நெளித்து ஒரு பரவளைவாடியைப் போல - அந்தப் பெண் உங்கள் முன்னே நடந்துபோனாலும்- ஒரு மாதிரியாக திசையை மாற்றி விடுகிறீர்கள். இது யவ்வனத்தை இரசிப்பதற்கும், யதார்த்தத்தில்

வாழ்வதற்கும் காலங்காலமாய் நடக்கும் சமர் போலும். எனினும் நேற்றிரவு வாசித்த ஒரு பெண்ணின் நேர்காணலில் 'உங்களுக்குப் பிடிக்காத விடயம் என்ன'வெனக் கேட்கப்பட்டபோது, 'ஓர் ஆண் கொஞ்ச விநாடிகள் என்னைப் பார்த்துக் கொண்டிருந்தாலே வெறுப்பு வந்துவிடும்' என்ற சொல்லப்பட்ட பதில் இதற்கு ஒரு காரணமாய்க் கூட இருக்கலாம். ஆக இரசிக்க விரும்பும் உங்கள் மனதை சமரசம் செய்துவிட்டு சப்வே இரெயின் பெட்டிக்குள் நீங்கள் இப்போது நுழைகின்றீர்கள்.

இன்று வாசிக்க பத்திரிகையை எடுத்து வராததில், நேற்றுக் கனவில் வந்த பெண்ணை மீண்டும் நினைவில் கொண்டு விழிகளை மூடுவதும் திறப்பதுமாய் இருக்கின்றீர்கள். ஒரு கர்ப்பிணிப் பெண் ஏறுகின்றார். உங்களுக்கு எல்லாவற்றிலும் சந்தேகமும் குழப்பமும் இருப்பதை அறிவோம். ஆனால் உங்களுக்கு ஒருவர் கர்ப்பிணியா அல்லது உடலின் பருமனா என்று தெளிவாய்க் கண்டுபிடிக்கும் வித்தையும் இதுவரை கைவந்ததில்லை. எப்போதும் குழப்பமுற்றபடியே இருக்கையைக் கொடுப்பதா வேண்டாமா என அடிக்கடி யோசித்துக் கொண்டிருப்பீர்கள். அதுபோலவே வயது முதிர்ந்தவர்களில் எவருக்கு இருக்கையைக் கொடுப்பது என்பது பற்றியும் உங்களின் குழப்பங்களை நாங்கள் அறிவோம்.

உடல் பருமனான ஒருவருக்கு இருக்கையை எழும்பிக் கொடுத்தால், அது அவரின் எடையை அவமதிப்பதாய்ப் போய்விடும். அதுபோலவே வயது முதிர்ந்த எல்லோரும் அப்படி இருக்கை கொடுப்பதை 'பெருந்தன்மை'யாக நினைப்பதுமில்லை. மேலும் ஒரு பெண்ணின் முகத்தைப் பார்த்துப் பேசுவதையே எந்தப் பெண்ணும் விரும்புவார் என்பதையும் நன்கறிவீர்கள். ஆனால் வயிற்றையும் இதற்காகக் கவனிக்கவேண்டும் என்பது கஷ்டமான ஒரு விடயம். வயிற்றைப் பார்த்து எதுவெனச் சரியாகத் தெரியாது ஒருவரின் முகத்தைப் பார்த்து இடம் தரவா வேண்டாமா என யோசிப்பதற்குள், அவர் இருக்கை தேவையில்லாத ஒருவராக இருப்பின் இவனென்னை ஏன் இப்படி உற்றுப் பார்க்கிறான் என அவர் நினைத்தால், பிறகு நிலைமை இன்னும் சிக்கலாகிவிடும். இதற்காகவே எப்போதென்றாலும் ஒரு மூலை இருக்கையை தேர்ந்தெடுக்கும் ஒருவராக நீங்கள் இருக்கவும் கூடும்.

இன்று முழங்கால் தொடும் ஒற்றைக் கறுப்பாடையை அணிந்தவரைக் கண்டவுடன், அவரின் வயிறு தெளிவாகக் காட்டிக் கொடுத்துவிட, முடிவைச் சரியாக வந்தடைந்த

சந்தோசத்தில் உங்கள் இருக்கையை கொடுத்துவிடுகின்றீர்கள். அவரின் மென்குரலில் ஒலித்த நன்றி உங்களை இரட்டிப்பு மகிழ்ச்சியில் ஆழ்த்துகின்றது.

உங்கள் வேலைத்தளத்தில், அவ்வளவு எளிதில் மனம் விட்டு எதையும் பாராட்டாத நீங்கள், உங்கள் நெடுநாள் தோழி மென்பச்சை ஆடை அணிந்து வந்திருப்பதைக் கண்டு, 'இன்று நீங்கள் மிகவும் அழகாக இருக்கின்றீர்கள்' எனக் கஷ்டப்பட்டு வார்த்தைகளைத் தொடுத்துச் சொல்கின்றீர்கள். அவருக்கு அது மிகவும் சந்தோசம் கொடுக்கின்றது. 'நான் வித்தியாசமாய் அழகு செய்து வரவில்லை, சாதாரணமாய்த்தான் இன்று வந்தேன்' என்கின்றார். 'இயல்பாய் இருப்பதுதான் மிகுந்த அழகானது அல்லவா' என நீங்கள் கூறுகின்றீர்கள்.

அவர் உங்களுக்கு வாரவிறுதியில் அனுப்பிய குறுஞ்செய்தி நினைவு வருகின்றது. 'நீ இப்போது மொன்றியலிலா இல்லை நியூயோர்க்கிலா நிற்கின்றாயா?' என்று. ஒரு நீண்ட வாரவிறுதி வந்தபோது இரண்டிலொன்றுக்குப் போவதென அவருட்பட்ட நண்பர்களுடன் திட்டமிட்டதும் அது பிறகு நடக்காமல் போனதையும் நினைவுபடுத்தி உங்களை வெறுப்பேற்றுவதற்கு அல்லவெனவே நீங்கள் நம்ப விரும்புகின்றீர்கள். 'நான் நீங்கள் நினைத்த இரண்டு இடத்திலுமல்ல, நன்றாக தூங்கிக்கொண்டு வீட்டில் இருக்கின்றேன்' எனப் பதிலளித்துவிட்டு மீண்டும் நித்திரைக்குப் போகின்றீர்கள். பிறகு அவர் வழமையாக எல்லாப் பெண்களையும் துரத்தும் துர்க்கனவான- 'நான் இப்போது நிறையச் சாப்பிட்டு மிகுந்த எடை கூடிவிட்டேன்' என்கின்றார். 'இந்த வயதில் நீங்கள் சாப்பிடாது எப்போது விரும்பியதைச் சாப்பிடுவது? வேண்டுமென்றால் அடுத்த வாரவிறுதியில் மலையேற்றத்துக்குப் போகலாம் கவலைப்படவேண்டாம்' எனப் பதிலையும் இடையில் அனுப்பியும் விடுகின்றீர்கள்.

அவருக்கிருக்கும் காதலர் எடை கூடுதல்/குறைதல் பற்றி என்ன நினைக்கின்றாரோ தெரியாது. ஆனால் சில மாதங்களுக்கு முன்கூட நீங்கள் 'பெண்கள் உடல் பருமன் கூடுதல் பற்றி நினைத்து வருந்துவதைப் போல பெரும்பாலான ஆண்கள் நாங்கள் கவலைப்படுவதில்லை. எந்த எடையும் எங்களுக்குப் பிடித்ததே' எனச் சொல்லியதும் உங்களுக்கு ஞாபகம் வரலாம்.

இவ்வாறாக உங்கள் தோழி இன்று காலைச் சாப்பாட்டுக்கு தன்னோடு வரும்படி அழைக்கின்றார். நீங்கள் ஒவ்வொரு நாளும் காலையுணவிற்கென ஒரே வகையான bagelஐ கொண்டு வந்து கஷ்டப்பட்டுச் சாப்பிட்டுக்கொண்டு திரிவதையும் அவர் நன்கு அறிவார். 'நானொரு மினிமலிஸ்ட். உங்களோடு காலையுணவில் கலந்துகொள்கின்றேன். ஆனால் நான் கொண்டு வந்ததையே சாப்பிடுவேன்' என்கின்றீர்கள். இப்போது தோழியோடு உணவகம் தேடிச் செல்லும்போது அவரது அழகும் குதியுயர்ந்த காலணிகளும், கடந்து போகின்றவர்களை ஈர்ப்பதை நீங்கள் உணர்வீர்கள். ஆண்கள் மட்டுமில்லை பெண்களும் திரும்பிப் பார்ப்பதையும், அந்த விழியெறிதல்கள் உங்கள் தோழியைச் சந்திக்கமுன்னர் நீங்கள் அவற்றை இடைமறித்து, இடையில் அந்தப் பெண்களை நோக்கி ஒரு புன்னகையை தவழவிட்டு விட்டீர்களென்றால் இந்த நாள் உங்களுக்கு மேலும் ஆசிர்வதிக்கப்பட்ட நாளாக மாறிவிடுகின்றது.

ஆனால் இதையும் நீங்கள் நினைவு கொள்ளவேண்டும். இந்த நாள் உங்களையறியாமலே இவ்வளவு அழகாக மலர்ந்ததற்கு நீங்கள் எந்த பிரயத்தனங்களையும் செய்யவில்லை என்பதை. அது தன்னியல்பிலே மலர்ந்து விரியும் மலரைப் போன்றதாகும். முகிழ்கின்ற மலர்களுக்கு உதிர்கின்ற பருவங்களும் உண்டு. ஆகவே ஒருநாள் என்பது நாம் எதிர்பார்க்காத எதனையுமே தன்னகத்தே வைத்திருக்கலாம்.

ஒரு தொலைபேசி அழைப்பு வருகின்றது. எல்லாவற்றையும் கடந்துவிட்டோம் என்ற நினைத்த உங்களைக் கடந்தகாலத்திற்கு ஒவ்வொரு கற்களாக உதிரவைத்து அது அழைத்துப் போகவும், நீங்கள் கலங்கிக் கொள்கின்றீர்கள். உங்களின் இனிய நாள் இப்பொழுது இறுக்கமான ஒரு பொழுதாக மாறுகின்றது. மதியவுணவு அவ்வளவு எளிதில் இறங்க மறுக்கிறது. எண்ணங்கள் அலை புரண்டோடுகின்றன, பதகளிப்பு மெல்ல மெல்ல தேவையில்லா ஒரு செடியைப் போல உங்களில் படரத் தொடங்குகின்றது. இதிலிருந்து நீங்கள் தப்பமுடியாது, ஆனால் உற்றுப் பார்த்துக் கைகுலுக்கி எவரும் காயப்படாமல் நகர முடியும்.

ஓர் உலாத்தல் உங்களுக்குப் போதுமானது. ஆனால் இப்போது உங்களுக்கான இன்னொரு தோழி இருப்பது நினைவுக்கு வருகின்றது. சொற்களெல்லாம் குழைந்து மனதைக் குதறும்

எண்ணங்களை அனுப்பி விடுகின்றீர்கள். வரும் பதிலின் ஒரு பகுதி இப்படியாக இருக்கவும் கூடும்.

“ஏனெனத் தெரியாது வாழ்வெம்மை தண்டிக்கிறது. பின்னும் அதுவே தோள் மீது கை கோர்த்து இன்பங்களை அறிவிக்கிறது. பிரிதல் நோயாகி ரணங்களை தோற்றுவிக்கிறது. நாம் நேசிக்கும் தனிமை கூட சமயங்களில் நம்மை குடித்து காலி செய்கிறது. வாழ்தல் எனும் பெரும் சுமை இதயம் நசுங்க எனை கூன் விழச்செய்கிறது.

இந்த சுவர்களே விரல்களாகி எனை தழுவுங்களேன் என கேவத் தோன்றுகிறது. ஆனாலும் என் ப்ரிய சிநேகிதா நேசித்தல் எனும் அற்புதம் ஒன்றே போதுமாயிருக்கிறது இதை கடப்பதற்கு. ஆதலால் நேசம் கொள்வோம் எப்படியேனும் எதன் மீதேனும்.”

சில வார்த்தைகள். மெல்லியதான அன்பு. சிலரேனும் உங்களை ஆற்றுப்படுத்த இருக்கின்றார்கள் என்பது மீண்டும் உங்களை வீழ்ச்சியிலிருந்து எழ வைக்கின்றது. விடியலோடு உங்களுக்கு கையளிக்கப்பட்ட அழகிய நாள் ஒரு சூரியகாந்திப் பூவைப் போல திரும்பவும் தலைதூக்குகின்றது.

ஆகவே ஒருநாளில் எல்லாமும் நடக்கும். கொல்லக்கூடிய வார்த்தைகளுக்கே ஆரத்தழுவிக் கொள்ளவும் தெரிகிறது. நீங்களும் இரண்டிலும் கலக்காது இரண்டையும் எதிர்க்காது இயல்பாய் இருப்பது எப்படியென்பதைக் கற்றுக்கொள்ளவும் வேண்டியிருக்கிறது.

இப்போது கோடையின் மென் வெம்மையுடனும், விரிந்திருக்கும் நீல வானத்துடனும், பூத்திருக்கும் ஊதாப்பூக்களுடனும், உங்களில் ததும்பும் பிரியங்களை எல்லோருக்குமாய் அனுப்பி வைக்கத் தொடங்குகின்றீர்கள்.

19

மூக்குத்தி அணிந்த பெண்ணுக்கு எழுதிய காதற் குறிப்புகள்

1.

எழுத்தாளன் ஒருவன் எங்களை ஒரே அலைவரிசைக்குள் கொண்டு வந்தான். அவனின் 'பெண்களைப் பற்றிப் பேசிப் பேசியே நமது இரவுகள் நீண்டன. நாம் வாழ விரும்பும் வாழ்வுக்கும், நம்மால் வாழ்ந்திட முடியா வாழ்க்கைக்கும் நடுவிலான இடைவெளியைக் குறைத்த அந்தக் குடிகாரனின் எழுத்துக்களில் சிலிர்த்த கணங்களை நட்சத்திரங்களுக்குக் காணிக்கை செய்தோம். அவனுக்கு இப்போது ஹெமிங்வே என்றோ ப்யூகோவ்ஸ்கி என்றோ ஒரு பெயரை விரும்பிய மாதிரி வைத்துக்கொள்வோம்.

எனது புனைவை வாசிக்கத் தொடங்கியபோது நீ செம்மதுவோடும், வர்ணங்களூட்டப்பட்ட சொற்களோடும் கொண்டாடித் தீர்த்தாய். ஒவ்வொரு கொண்டாட்டங்களின் பின், பெரும்பாலும் எனக்கு எஞ்சுவது ஒருவகை வெறுமை. நீயென் பனுவலோடு எனக்கான காதலைக் கொண்டுவந்தாய்.

புனைவுக்குள் இருப்பவனை நீ நேசிக்கிறாய். நான் அதன் எந்தச் சாயலும் இல்லாத ஒருவனெனச் சொல்லித் தயங்கினேன்.

பிறகு நீயெனக்காய் கவிதைகளை எழுதி அனுப்பத் தொடங்கினாய். இதுவரை குரல்களின் வழியே தன்னைத் தொலைத்து பெண்களை நேசித்தவன் முதன்முதலாய் சொற்களினூடாக நேசத்தைக் கண்டடைந்தான்.

ஒவ்வொரு நாளும் பத்து முத்தங்களோடு ஒரு பொழுதைத் தொடங்க வேண்டுமென நீதான் சொன்னாய்.

2.

நள்ளிரவில் விழித்திருப்பவன், எண்ணங்களை ஒவ்வொரு இழையிழையாகப் பிரித்துப் பார்த்துக் கொண்டிருக்கின்றான். எந்த நூலின் இழையில் பதற்றத்தின் இருண்மை இருக்கிறது, எதில் பிறரைக் காயப்படுத்தும் கசப்பு இருக்கிறது என்று ஒவ்வொரு சிக்காய் எடுத்தெடுத்துக் களைத்துப் போகின்றான். அவனின் மனம் போலத்தான் இந்த இரவும் தூங்காதிருக்கின்றதோ?

வெளியே அவ்வளவு பிரகாசம். ஆம், இப்போது மீண்டும் பனி பொழியத் தொடங்கிவிட்டது.

அறையின் திரையை விலத்திவிட்டு பனியைப் பார்த்தபடி இருக்கிறான். அவ்வளவு நிச்சலனம். பனித்தூவல்கள் நிலத்தை மூடிக் கொண்டிருக்கின்றன.

இப்போது இன்னுமின்னும் வேகமாக எண்ணங்கள் மனதைச் சூழ்கின்றன. ஏதேதோ திசையெங்கும் அவன் உதிர்ந்த இலையைப் போல அலைகிறான். மனது வெடித்து அழவேண்டும் போலத் தோன்றுகின்றது.

எவ்வளவு எவ்வளவுக்கு அவளை நேசிக்கின்றானோ, அவ்வளவுக்கு அவ்வளவு வார்த்தைகளில் காயப்படுத்துகிறவனாக ஏன் இருக்கிறேன் என யோசிக்கிறான். கீழ்மையின் இருள் இவனை இன்னும் அச்சப்படுத்துகிறது. நித்திரை வரா இரவு நள்ளிரவு தாண்டியும் மணிக்கணக்காய் நீள்கிறது.

கண்மணி, தொலைபேசி அழைத்து ஒரு வார்த்தை பேசாயோ? உன் மூச்சிழுப்பின் குரலின் அணைப்பில் நான் கொஞ்ச நேரம் நிம்மதியாய்த் தூங்கவேண்டும்.

3.

உனது பாடல்களால் எனது குளிர் நிரம்பிய அறையினுள் வெம்மை பரவுகிறது. தாங்க முடியாத் துயரத்தை மூடி வைத்த என்னிதய அறைகளை அவை ஒவ்வொன்றாகத் திறக்கின்றன. ஒருபோது நான் அருவியெனப் பாய்ந்து போகின்றேன், இன்னொரு பொழுது மரங்களைப் போல நான் கிளைகள் விரித்து மலர்கிறேன்.

நீ என் அறைக்குள் பாடல்களை மட்டுமல்ல, நான் இன்னமும் பயணிக்காத நாடுகளின் வாசனைகளையும் அவற்றில் இன்னமும் பாவாத என் காலடித் தடங்களையும் மென்மையாக எடுத்து வருகிறாய்.

இசை என்பது கேட்பதற்கு மட்டுமேயென எல்லையிட்டு வைத்திருக்கின்றவனுக்கு, அவற்றை உணர்வதற்கும், ஏன் வாழ்வதற்குமென என் அகத்தை நானறியாமலே உன் பாடல்களால் நிரப்பி வைக்கிறாய். நீ பாடும் சில பாடல்களில் நான் முற்றாகத் தொலைந்தும் போகின்றேன்.

பிரியமே, முத்தங்களை மட்டுமல்ல, பாடல்களையும் ஒருபோதும் நிறுத்திவிடாதே!

4.

எத்தனை காதல்களை நாம் கடந்து வந்திருக்கின்றோம். உன் வார்த்தைகளில் சொல்வதனால், நீ தான் நான் நேசிக்கும் முதல் அற்புதப் பெண் என்று நானும், நீ சந்திக்கும் அரிய ஆண் நான்தான் என நீயும் பொய்களைப் பேசாமல், நாம் இதுவரை கடந்து வந்த இனிய காதல்களைப் பேசியிருக்கின்றோம். அதுவே நம்மையின்னும் பிணைக்க வைத்திருக்கின்றது என்பதும் அறிவோம்.

என்கின்றபோதும், ஏன் நீ எனக்கு ஒரு அற்புதம் போலத் தோன்றுகிறாய். ஏன் உன் சிரிப்பைப் பார்க்கும்போதெல்லாம் அந்தக் கன்னக்குழிக்குள் புதைந்துவிடக்கூடாதோ எனத் தோன்றுகின்றது. நீ கருமையை இமைகளுக்குப் பூசுகையில் என் மனது ஏன் இப்படிப் பூரிக்கிறது.

எல்லாவற்றுக்கும் அப்பால் இந்தக் கருணை ததும்பும் இதயத்தை எங்கிருந்து பெற்றாய்? எப்படி உன்னால் இந்த வாழ்வின் இத்தகை துயரத்துக்கும் சலிப்புக்கும் அப்பால் பிறரைச் சிரிப்பால் வசீகரிக்க முடிகிறது. எவ்வாறு உன்னால் எல்லாப் பலவீனங்களுக்கும் அப்பால் என்னை நேசிக்க முடிகிறது.

எனக்கு மரங்கள் சூழ்ந்த நம் கனவு வீட்டின் ஊஞ்சலில் உன் மடியில் இருந்தபடி என் பதின்ம ஞாபகங்களைப் பகிர்ந்து, கடந்து போகவேண்டும்!

5.

நான் எனது அறத்தின் கத்தியை எப்போதும் தீட்டியபடி இருப்பவன். கொஞ்சம் கூர் குறைந்தாலும் என் இயல்பு குலைந்துவிட்டதெனப் பதறுகின்ற ஒருவன்.

நீ அறத்தின் தராசைக் கொஞ்சம் தள்ளிவைத்தால் என்னவெனக் கேட்பாய். அறமில்லா என் வாழ்வு என்ன அர்த்தமாகுமெனும் பயத்தில் மீண்டும் மீண்டும் அறத்தின் கத்தியை கூராக்குவேன்; அது இரண்டு பக்கங்களையும் காயப்படுத்தும் என்பதன் அர்த்தம் விளங்காது.

உன்னைப் போல ஏன் என்னால் அதையதை அதனதன் இயல்பென எடுத்துக்கொள்ள முடியாதிருக்கின்றது. உடைகளைக் கொஞ்சம் தளர்த்துவதைப் போல இந்த அறத்தை சில பொழுதேனும் தள்ளிவைக்கும் ஒரு காலம் விரைவில் வாய்க்கவேண்டும்.

'பிரியமானவரே' என்று நீ ஒரு கவிதையைத் தொடங்குவதைப் போல நானும் ஒருநாள் அறத்தின் ஆடை களைந்து உன்னோடு பேசத் தொடங்கவேண்டும், பிரியமானவளே என்று சொல்லியபடி.

6.

உன்னைப் போல காதல் ஒன்று எப்படி உதிர்ந்து போகவேண்டும் என்று வேறு எவரால் இவ்வளவு அழகாய்ச் சொல்லமுடியும்.

'உனக்கான எழுத்தையும், நீ விரும்பும் பயணங்களையும் நிறுத்து என நான் சொல்கின்றபோது, காதல் என்னை விட்டுப் போயிருக்கும். அதன்பிறகு எனக்காகக் காத்திருக்காதே' என்றாய்.

அன்பே, நீ அப்படிப் போகும் காலத்தில் நானொரு காட்டை அல்லவா இழந்திருப்பேன் என்கிறேன்.

காதலுக்காய் தமது சொந்த வனங்களை இழக்க விரும்பாதவர்களை என்னால் ஒருபோதும் நேசிக்க முடியாதெனச் சொல்லி என் நெற்றியில் முத்தமிட்டாய்.

7.

எல்லாவற்றையும் விலத்தி அமைதியாக இருக்க விரும்புகிறேன். இருபது நிமிடம், கடிகாரத்தில் நேரத்தை ஓடவிட்டு அமைதியில் மூழ்கிறேன். இன்னுமின்னும் தன்னை நிதானமாக்க வேண்டுமென விரும்பும் மனது ஒரு மணித்தியாலம்வரை நீட்சித்து, தன்னை தானே விழித்துப் பார்க்கிறது.

நிச்சல மனதில் விரியும் ஓவியத்தில் பிடிவாதமும், பொறாமையும், காயப்படுத்தும் வார்த்தைகளும் அலையலையாய் எழுகின்றன.

அவற்றைப் பார்க்கப் பயமாய் இருக்கிறது. ஆனால் பார்க்காது இந்த மாலையைக் கடக்கவும் முடியாது.

நான் யார்? ஏன் நான் இப்படி இருக்கிறேன்? ஏன் என்னால் முழுமையான அன்பை எவ்வித எதிர்பார்ப்பும் இல்லாது வழங்க முடியாதிருக்கின்றது. நேசம் எனப்படுவது தன்னிடமிருந்து இயல்பாய் வெளிப்படுவது அல்லவா? சிலவேளைகளில் நீ என் மனதுக்கு உவப்பின்றி சிலதைச் செய்யும்போது ஏன் மனது சுருங்கிப்போய், நேசத்தின் எதிர்த்திசையில் எதையெதையோ பேசுகிறது/நினைக்கிறது/எழுதுகிறது.

இந்தப் பனித்தூவல்கள் நிலத்தை வந்தடைகின்றபோது அவ்வளவு பரிசுத்தமாய் இருப்பது போல, ஒரு சில நொடிகளாவது உன் மீதான நேசம், எனதெல்லாக் கசடுகளையும் தாண்டிப் பரிசுத்தமானது என்பதை எப்படியேனும் உனக்குப் புரியவைக்கவேண்டும்.

8.

எனக்குப் பிடித்த கவிஞரின் கவிதையை நீயுனது குரலில் வாசித்துக் காட்டிய கணத்தில், கனவுகளில் மேகமாய் மிதந்துகொண்டிருந்த நான் வேர்களைப் பரவிய ஒரு மரமாக மாறத்தொடங்கினேன். என் கிளைகளில் வந்தமர்ந்த பறவையின் பாடல்களைக் கேட்பதற்காய் இலைகளில் பொன்மஞ்சள் வர்ணம் பூசும் இலையுதிர்காலத்தை கூடவே அழைத்து வந்திருந்தேன்.

நீ பாடும் பறவையெனில் உன் குரலில் மிதந்துகொண்டிருப்பவை மேகங்களா அல்லது இன்னமும் உலர்ந்து போகாத முத்தங்களா?

9.

ஒரு மணித்தியாலத் தனிமையின் பின் மனம் அவ்வளவு இலேசாக இருக்கிறது. ஒரு பனித்தூவல் இப்படித்தான் எடையற்று இருக்குமோ? பனி நாளொன்றில் உதட்டை நீட்டும்போது நாவில் வந்து கரையும் பனிபோல உனக்கான நேசத்தை நான் விரும்பியமாதிரி தந்துவிட்டு நமக்கான உலகினில் இருந்து நீங்கிப் போய்விடவேண்டும்.

நான் அலைபேசியில் நீ அனுப்பிய புகைப்படங்களைப் பார்த்தபடி இருக்கிறேன். நேசம் ஒரு மழைக்கால நதியைப் போல பிரவாகித்து எழுகிறது. இவ்வளவு வசீகரமானவளை, நேசத்தைத் தளும்பத்

தளும்பத் தருபவளை ஏன் புரிந்துகொள்ளாமல் ஏதேதோ எல்லாம் செய்து கொண்டிருக்கிறேன் என மனம் விம்முகின்றது.

இவன் இவ்வளவு வளர்ந்தபின்னும் இன்னும் ஒரு சிறுவனைக் கைவிடாது இருக்கிறான். அந்த அடம்பிடிக்கும் சிறுவன் என்றேனும் ஒருநாள் உன் நேசத்தின் கதகதப்பால், தான் விரும்பிய ஓர் ஆடவனாக மாறிவிடுவான் என்பதில் நம்பிக்கை இருக்கிறது. ஒரு மயிர்க்கொட்டிதானே வண்ணத்துப்பூச்சியாக உருமாறுகிறது அல்லவா?

உன் நெற்றியில் முத்தமிடாது விடியும் என் பொழுதுகளுக்கு வர்ணங்களே இருப்பதில்லை. கடந்தகால நினைவாய் உதிராது என் நிகழ்காலமாக என்றும் கைகோர்த்தபடி இரு கண்மணியே!

10.

உன்னைப் போன்று இப்படி காதலிக்க முடிந்தவனை இதுவரை சந்தித்ததில்லையெனச் சொன்ன அதே பெண்களே, உன்னைப் போன்று வார்த்தைகளால் காயப்படுத்தக் கூடிய ஒருவனையும் இதுவரையும் சந்திக்கவில்லையெனச் சொல்லியிருக்கின்றனர்.

கோபத்தையும், சலிப்பையும் உறங்கும் எரிமலையைப் போன்று வைத்திருக்கும் ஒருவனால் ஒருபோதும் இந்தக் கேள்வியை கடந்து செல்ல முடிவதில்லை. அவனுக்குள் கோபம் பொங்கும்போது, தான் பார்த்து பார்த்துச் சேகரித்த அரிய பொழுதுகளை எல்லாம் வெளியில் எடுத்து எரிக்கத் தொடங்குவான்.

வெஞ்சினத்தில் உச்சியில், நேசத்தின் நிமித்தம் நடந்த ஒவ்வொரு அற்புத கணத்தையும் எரிமலைக்குள் தூக்கி வீசியபடி இருக்கிறான் ஒருவன். அவள் தடுக்க தடுக்க சொற்களால் தீப்பந்தங்களை எறிந்தபடி உக்கிர நடனம் ஆடுகின்றான்.

தன்னையும் எரித்துப் பொசுக்க எரிமலைக்குள் விழப்போவனை தடுத்தாட்கொள்கிறது, நேசத்தின் அரிய கரம்.

என்ன எனக்குள் நடக்கிறதென்று அவனின் சுயம் விழிக்கின்றபோது. நான் போய்வருகின்றேன் என அவள் என்றென்றைக்குமாய்ப் பிரிந்துபோகின்றாள்.

காலம் பிந்திய மன்றாடல்கள் சுவர்களில் எதிரொலித்து நம்மை மனநோய்மை செய்யும் பாவங்களிலிருந்து, நாம் ஒருபோதும் பிறகு தப்பிக்கவும் முடிவதில்லை.

20

நட்சத்திரவாசி

அவனுக்குத் தெரிகிறது, அது தானில்லையென, அது தன் இயல்பில்லை என்பது. ஆகக்குறைந்தது அவ்வாறு ஆகவேண்டுமென என்றுமே விரும்பியதில்லை என்பதையும் அவன் நன்கு அறிவான். ஆனால் இது சுழல். பெருஞ்சுழல். எந்தத் திசையில் கைகளை நீட்டி நீச்சலடித்தாலும் மீண்டும் மீண்டும் சிக்கவைக்கும் பெரும் மாயச்சுழல்.

முடியவில்லை. உடலெங்கும் வலிமை குறைந்து மனது அடர்த்தி கூடிக் கனக்கின்றது. சிந்தனைகள் ஒளியின் வேகத்தை விட எகிறிப் பாய்கின்றன. ஓர் அலைக்கற்றையைப் பின்பற்றி பின் தொடர்ந்து செல்வதற்குள் எண்ணற்ற கதிர்கள் குறுக்கும் நெடுக்குமாய் வெட்டி வெட்டிப் போகின்றன.

வார்த்தைகளில் சொல்லமுடியா வலி. வார்த்தைகளே வலிகளாய் மாறி இன்னுமின்னும் உருவழித்துக்கொண்டிருக்கின்றன. எங்கேனும் ஒரு சிறு இடம் ‘எந்தச் சிந்தனை’யுமில்லாது இருக்கின்றதாவென இப்படி சிந்தித்துச் சிதறிய மனமே இடையில் அவ்வப்போது சிந்திக்கவும் செய்கின்றது.

யாரேனும் அருகிலிருக்க மாட்டார்களா என ஏங்கித் தவிக்கின்ற கணங்கள். எவரோ ஒருவரை அணைத்தும் எதையுமே பேசாது அழுதும் தீர்த்தால் போதுமென்கின்ற பெருஞ்சுமை அழுத்துகின்றது நட்சத்திரவாசிக்கு.

இந்தப் பொழுது எப்போதும் தொடரப் போவதில்லை. இது கடந்து போகின்ற மனோநிலைதான் என்றாலும், மீளவே முடியாத

சுழலில் சிக்கியதாகவே மனம் திரும்பத் திரும்பச் சொல்கின்றது. இன்னுமின்னும் விம்பங்களை தன்போக்கில் உள்ளம் உற்பத்தி செய்தபடியிருக்கிறது. இரவுகளில் தூங்கமுடியாத 'விழித்த' மனதுடன் போராடிப் போராடித் தோற்க வேண்டியிருக்கிறது.

எப்போது உறங்கினான் என்பதை நினைவுபடுத்தவோ அல்லது உறங்கியிருந்தால் கூட அதை ஞாபகப்படுத்தவோ முடியாத ஓர் ஆழ்நிலைக்குள் தான் போய்க்கொண்டிருப்பது நட்சத்திரவாசிக்கு இன்னும் அச்சத்தை ஊட்டுகின்றது. எது நிஜம் எது விம்பம் எது கனவு எனப் பிரித்தறிய முடியாத, எல்லாவற்றையும் ஒரு கண்ணாடிக்குவளைக்குள் போட்டு உருட்டியது போன்ற மனோநிலையில் நாட்கள் கழிகின்றன.

இது கடக்கவே முடியா சுழல்தானோ? இதுதான் உயிர்த் திருப்பதற்கான கடைசிக்கணமா? எதுவும் தெளிவாய்த் தெரியவில்லை. அச்சம் மட்டும் ஒவ்வொரு மூச்சிழுப்பிலும் உள்ளும் வெளியுமாக நட்சத்திரவாசிக்குள் அலைந்துகொண்டிருக்கின்றது.

நீ இவ்வாறானவனே தானென ஓர் உருவம், விம்பங்களோடு போராடும் நட்சத்திரவாசிக்கு வேறொருபுறத்தில் கொள்ளி கூட்டி எரித்துக் கொண்டிருக்கின்றது. நான் இவ்வாறானவனாக இருந்தாற்கூட, நான் எவ்வாறானவனாக இருக்க விரும்பியவன் என்பதை நீ மட்டுமே நன்கறிவாய், என் உருப்பெருத்த விம்பங்களுக்கு உன் பொய்மையின் எண்ணெய்யை இன்னுமின்னும் ஊற்றாதே எனக் கெஞ்சுகின்றான்.

இல்லை, உன் சுயமென்பதே இதுதான், உனக்கான தண்டனைகளை அனுபவித்தாக வேண்டுமெனச் சொல்கின்றது அந்த உருவம். தேவதைகள், துர்ச்சாபங்களிடும் சூனியக்காரிகளாக மாறுகிற தருணம் என நட்சத்திரவாசியின் பிளவுபட்ட மனது நினைத்துக் கொண்டாலும், தேவதைகளையும் சூனியக்காரிகளையும் துவிதங்களாக உருவாக்கியதும் நீயே அன்றி, அவையவை என்றும் அவையவையாகவே இருந்திருக்கின்றன என இதயத்தில் ஓரத்திலிருந்து இன்னொரு அசரீரீ எழும்புகின்றது.

குரல்கள். பல நூற்றுக்கணக்கான குரல்கள்.

விம்பங்கள். கண்ணாடியில் சிதறி நூற்றுக்கணக்கான சிதிலமடையும் மாயவிம்பங்கள்.

எண்ணங்கள். எண்ணங்களின் பலநூறு உருப்பெருக்கப்பட்ட எண்ணங்கள்.

எல்லாவற்றையும் இந்த மூளை தாங்கவேண்டியிருக்கின்றது.

ஒரு குரல். ஒரேயொரு குரல். இவை எல்லாம் கற்பனையின் விளைநிலத்திலிருந்து வெளித்தள்ளப்பட்டவை, உனது அசலான குரல் என்ற ஒன்று உள்ளது, அதை இந்தளவு தத்தளிப்புக்களுக்களையும் மீறிக் கண்டுபிடி எனக் கனிந்த குரலொன்று கரங்கள் பற்றிக் கூறவேண்டுமென நட்சத்திரவாசியின் மனம் விரும்புகின்றது.

ஆனால் அது வார்த்தைகளுக்கு அப்பாலான ஒரு புரிதலில் இருந்து எழவேண்டும். ஆதியிலே வார்த்தைகள் தோன்றினவா அல்லது மவுனம் இருந்ததா தெரியாதெனினும், இப்போது போல வார்த்தைகளுக்கு எந்த அர்த்தமில்லாது மட்டும் நிச்சயம் இருந்திருக்காது என நட்சத்திரவாசி நினைத்துக்கொள்கின்றான்.

வார்த்தை, ஆறுதல் வார்த்தை. ஒரு குறுவாளின் மினுமினுப்புடன் மூளைக்குள் இறங்கவேண்டும் போலத் தோன்றுகின்றது.

ஒரு குறுவாள். ஒரேயொரு வார்த்தை.

இப்போது உன்னோடு இருப்பேன். இது கடந்துபோகின்ற ஒரு காலம் - புயல் சுழித்துவிட்டுப் போகின்ற கணம். நீ அவ்வப்போது இவ்வாறானவற்றில் சிக்கிக் கொள்வதும், திணறி வெளியில் வந்து விழுவதும் நானறிவேன். நீ புயலில் இருந்து வெளியே வருவாய். அலைகளின் கனத்தைத் தாண்டி மேலெழுவாய். இன்னும் கொஞ்ச நேரம். இன்னும் கொஞ்சக் காலம் மட்டுமே. நீ வெளியில் வா. நான் உன் இயல்பு அறிவேன் அல்லது ஆகக்குறைந்து நீ எவ்வாறு இருக்கவேண்டுமென விரும்புபவன் என்பதையாவது அறிவேன்.

உன் பலங்களினால் உன்னைப் பிறர் அறிந்திருப்பதைப் போலவன்றி, உன் பலவீனங்களால் உன்னை அறிந்தவள், அதையும் சேர்த்துத்தான் நானுன்னை நேசித்தேன், இனியும் நேசிப்பேன் என்ற ஒரு குரலுக்காய், காத்திருந்தான் நட்சத்திரவாசி.

இது பெரும் தந்தளிப்பின்போது எழுகின்ற பல நூற்றுக்கணக்கான விம்பங்களில் தெறித்து எழுந்த இன்னொரு குரலாகக் கூட

இருக்கலாம். ஆனால் அது வேண்டியிருந்தது அல்லது அப்படியொரு நம்பிக்கையை வளர்ப்பது அலைகள் சுழற்றியடிக்கையில் இதத்தைத் தருவதாயிருந்தது. எல்லோரும்/எல்லாமே கைவிடப்பட்ட வெற்றுவெளியில் விடப்பட்ட ஒரு கொடிய காலமது. நீரேயற்ற பாலைவனத்தில் தண்ணீருக்காய் தவித்து எல்லா நம்பிக்கைகளையும் காற்று எடுத்துச் சென்ற துர்ப்பாக்கிய பருவமது.

யார் யாருக்காக காத்திருப்பது? எவரோ எவருக்காகவோ காத்திருப்பது என்பதில் இருப்பது கொடுக்கல்-வாங்கல் அல்லவா? நீயுன் மன அலைகளில் மாட்டுப்பட்டு உன்னைச் சிதைத்து அருகிலிருப்பவர்களையும் சிதைப்பதைப் போல, அதனிலிருந்து நீங்கி விடுபட்டு வரும்போது எவரேனும் நேசிக்க இருக்கவேண்டும் என்பதில் இருப்பது சுயநலமில்லையா? எனக் கேட்டதுதான் அசல் குரலாக இருந்திருக்கவேண்டும்.

விம்பங்கள் எதையோ எதிர்ப்பார்க்கின்றன. யார் மீதோ பழியைப் போட்டுத் தப்பிவிட்டு ஓடப் பார்க்கின்றன. நீ கருணை வடிவானன், பிறர் துன்பங்களுக்காய் இரங்குபவன், நியாயங்களின் பக்கம் நிற்பவன் என எல்லா முகமூடிகளையும் மாறிமாறிப் போட்டுப் பார்த்து எது உன் அசல் முகமென்பதையே இல்லாமற் செய்துவிட்டது.

அலை. மீண்டும் பெரும் அலை. ஒருபோதுமே ஓய்ந்துவிடாத எண்ணற்ற அலைகள். இனி மீளவே முடியாதா? எல்லாவற்றையும் அள்ளிக்கொண்டு போகின்ற கடைசி ஊழிதானா இது.

நட்சத்திரவாசி தனக்குள் இன்னுமின்னும் ஆழத்தை நோக்கிப் பயணிக்கத் தொடங்குகின்றான். அச்சந் தருகின்ற பயணம். எல்லாத் தளங்களிலும் குற்றங்களும், குற்றச்சாட்டல்களும், உரிமை கோரும் சுயநலங்களும் நிறைந்த ஒரு கடும் இருட்பயணம்.

சொல்லிவிட்ட ஒவ்வொரு வார்த்தைகளிலும் எவ்வளவு விஷமிருந்தன. கற்பனைகளை விரிக்கத் தொடங்கிய ஒவ்வொரு சம்பவங்களிலும் எவ்வளவு குரூரமிருந்தன. தன்னை நினைத்துத் தானே வெட்கி அவமானமடைகின்ற ஒரு நெடும் பயணம். ஆனால் இடையில் நிறுத்தவும் முடியாது. திரும்பிச் செல்லவும் முடியாது. மேலும் மேலும் ஆழத்திற்குப் போகவும் அச்சமாயிருக்கின்றது. சுயம் என்று கட்டிவைத்திருந்த எல்லாக் கோட்டைகளும் மணற்கோட்டைகளாய் உடைகின்றன. உதிர்ந்து போய் எந்த வடிவங்களுமில்லாது சரிகின்றன.

நீண்ட நெடும் யாருமற்ற சாலைகளில் தனிமை இன்னும் மிகப்பெரும் வலியாக நீண்டபடியே வருகின்றது. எங்கேனும் சாலை வளைவில் முடிவில், தன் சுயம் உதிர்ந்து எதுவுமே இல்லாமற் போகப்போகின்றது என்று தெரிந்தாலும், யாரேனும் அந்த வளைவில் நிற்கமாட்டார்களா என்ற பச்சாதாபமும் வழிந்து பெருகுகின்றது.

ஆனால், இந்தப் பயணத்தைத் தொடர்ந்தாக வேண்டும். பிறர் மீது தான் செலுத்திய எல்லாத் துயர ஊசிகளையும் ஒவ்வொன்றாக பிடுங்கியெடுத்து தனக்குள் குத்தியாகவேண்டும். வேறு வழியில்லை. பாவங்களுக்கான மன்னிப்பு என்பது இழைக்கப்பட்ட பாவங்களை தனக்குள் உள்வாங்கிப் பிறர் வேதனைகளைப் புரிந்துகொள்வதிலிருந்து தொடங்குகின்றது.

மீதிப் பயணத்தையும் தொடர்ந்தாக வேண்டும். குறுக்கும் மறுக்குமாய் மில்லியன் கணக்கில் மின்மினிப்பூச்சிகளாய் ஓடும் எண்ணங்களின் ஊடு, எல்லாவற்றையும் திருத்தக் கூடிய மூளையிற்குள் இறங்கவேண்டிய ஒரு குறுவாளுக்காகவும், ஒரேயொரு வார்த்தைக்காகவும் காத்திருக்கவேண்டும் என நட்சத்திரவாசி நினைத்துக் கொண்டான்.

21

1.

மரங்கள் துளிர்க்கத் தொடங்கிவிட்டன. இளவேனிலுக்கான மழை விடாது பொழிந்து கொண்டே இருக்கின்றது. புற்களை நன்னிக்கடித்தபடி காதுகளைக் கூர்மையாக வைத்திருக்கும் முயல்குட்டிகள் கடந்த வருடத்தை விட இப்போது நன்கு வளர்ந்து விட்டிருக்கின்றன. செம்மஞ்சள் ரொபின்கள் குரல்களில் இனிமையைக் கசிய விட்டபடி மரங்களுக்கிடையே பறந்து அலைந்து திரிகின்றன. இன்னும் கொஞ்சநாட்களில் வெள்ளை நிற வண்ணத்துப்பூச்சிகள் வந்துவிடும். அப்போது ஓக் நட்டை உருட்டியபடி தன்போக்கில் போகும் அணில்கள், வண்ணத்துப்பூச்சிகளை வேடிக்கை பார்க்கத் தொடங்கிவிடும்.

பருவகாலம் விநோதமானவை. யாருக்காகவும் காத்திருப்பதில்லை. செர்ரி விரிவது சொற்ப நாட்களே எனினும் அவை கிளை கொள்ளாது பெய்யும் மழைக்கிடையிலும் அழகாய் முகிழத்தான் செய்கின்றன. செர்ரிக்குப் பிறகு டூலிப்புக்களுக்கும், லைலாக்களும் வர்ணங்களை இளவேனில் மீது விசிறியபடி கடந்து செல்லும்.

இளவேனில் முடிந்து வசந்தம் வரும்போது இன்னொரு இளவேனிலுக்காய் அடுத்த வருடம் காத்திருக்கலாம். காத்திருக்கத்தான் வேண்டும். பருவங்களை நின்றுபோன கடிகாரத்தை விரும்பியமாதிரி முன்னும் பின்னும் முட்களை நகர்த்தி நமக்கேற்ற மாதிரி ஆக்கமுடியாது.

எல்லாம் முடிந்துபோய் விட்டதென நினைத்தகாலங்களில் நீ திரும்பி வந்தாய். அது தற்செயலானதா அல்லது ஏதேனும் சந்தர்ப்பங்கள் உருவாக்கினவையா நானறியேன். நமது பிரிந்துபோன அந்தக் காதல் ஒரு பருவகாலத்தை விடவும் குறுகியது. ஆனால் நாம் அந்தப் பொழுதுகளில் கற்பனைகளில்

சென்ற வேகமோ பல பத்து வருடங்களைக் கடந்து போகக் கூடியவை. மனமென்னும் ஊஞ்சலில் ஏறி நடனமாடாவிட்டால் அதற்கு காதலென்று எப்படிச் சொல்லமுடியும்.

உனது எதிர்பார்ப்புக்களை நிறைவேற்ற முடியா என்னை மன்னி என்றும், என் மனசு விட்டுப் போய்விட்டது, இனி நாம் நேசிப்பதற்கு எதுவும் இல்லை என்றும் சட்டென்று நீ சொன்னபோது எனக்கு அதிர்ச்சியாய்த்தான் இருந்தது. இது முதன்முதலாக நிகழும் அதிர்ச்சி இல்லை. ஏனெனில் இது முதற்காதலும் அல்ல. ஆகவே அப்படியா, நடப்பது அதன்போக்கில் நடக்கட்டுமென என் போக்கில் அமைதியாகினேன்.

பின்னர் வந்த நாட்களில் வழமைபோலவே நீ - பிரிவைப் பற்றிப் பேசியது வேறு ஒருவர் போன்று - இயல்பாய் பேசினாய். அவ்வப்போது சந்திக்கவும் செய்தோம். ஆனால் செர்ரி தன் முகிழ்ப்பைக் கடந்து விட்டதுபோல ஒரு வெறுமையான காதலை நான் உணர்ந்தேன். உனக்காகக் காத்திருந்த நாட்களின் இனிமைபோய், வாழ்க்கையில் செய்வதற்கு ஏதுமில்லை, ஆகவே காத்திருந்து பார்க்கலாம் என்ற மெல்லிய அலுப்புக்குள் போயிருந்தேன்.

உனக்கும் அது எனக்குத் தோன்றுவதற்கு முன்னரே தோன்றியிருக்கலாம். ஆகவேதான் மனசு விட்டுப் போய்விட்டதென நீ வெளிப்படையாகச் சொல்லியிருக்கக்கூடும்.

2.

கோடை வந்தால் பிறகு இலையுதிர்காலமும் வரத்தானே செய்யும். இலைகள் எல்லாம், நிலமிடை விரியும் தீக்கடல்கள் போல சிவப்பும், மஞ்சளும், செம்மஞ்சளுமாய் விரியும் காலத்தில் நான் கடைசித்துளி குறுநீர்க் கன்னலினூடாக வடிந்துகொண்டிருந்த நேசத்தைப் பார்த்தேன். பிரிதலை வார்த்தைகளில் கோர்த்து எழுதத் தொடங்கினேன்.

நேசங்களின் முன் எதனைத் தான் எழுதித் தீர்ப்பது. எழுதித் தீராக் கடிதமொன்றை உனக்காய் எழுதினேன் என வேண்டுமானால் சொல்லிக் கொள்ளலாம்.

நம் நேசத்தின் பிரிவின் மொழியை முதலில் பேசிய உன்னையும், விடைபெறலின் வாதை தீண்டியிருக்கலாம். வாசித்தபோதும் அமைதியாய் இருப்பதாய் மறுமுனை காட்டியது. பின்னர் அதைப்

புறந்தள்ளி வழமையான நலம் விசாரித்து வந்த செய்திகளுக்கு பதில் சொல்லாது நான் மௌனமானேன்.

சில நாட்களின் பின் நீ, 'இதுவரை எனக்கு எவரும் இவ்வளவு அழகான பிரிவுக் கடிதம் எழுதியதில்லை. நேசத்துக்குரியவனே, இதை என்றும் நினைவில் வைத்திருப்பேன்' என்றாய்.

எனது நேசத்துக் குறுநீர்க்கன்னலில் இருந்து கடைசி நீர்த்துளியும் கீழே இறங்க, காலம் உறைந்தது.

3.

காலம் எவ்வளவு விரைவாகப் போகின்றது பார். இருவர் தம் நாட்களைப் பகிர்ந்தபோது அதற்கு எப்படி அழகிருந்ததோ, இப்போது அவ்வப்போது வெறுமை எட்டிப் பார்த்தாலும் காலம் குதிரையில் ஆரோகணித்து புழுதியெழுப்பி வேகமாய்த்தான் போகிறதல்லவா?

பிரிவின் துயர்களை ஆற்றுவதற்கு எப்போதும் போல நண்பர்களே துணையிருந்தார்கள். நீ தேர்ந்தெடுக்கும் உறவுகள் அனைத்துமே சிக்கலானவை. உன்னைப் புரிந்துகொள்ளவே முடியாது என்று அவர்கள் சலித்துக் கொண்டாலும் வேண்டியபோதெல்லாம் அரவணைப்பார்கள். ஒரு நெடும் பயணத்தைச் செய்யத் தொடங்கும்போது காதலின் சீழ்கள் எல்லாம் உடைந்து வெளியேறத் தொடங்கும். பிறகு மீள நகர் திரும்பும்போது அவை மெல்ல மெல்லக் காயத்தொடங்கி ஆறும்.

சட்டென்று ஒரு செய்தி விடிகாலை மூன்று மணியளவில் மின்னியது. ஆச்சரியமாக இருந்தது. அது நீ. உன்னை நானும் என்னை நீயும் தொலைத்து விட்டோமென அமைதியின் நெடுங்காலம் நம்மை விலத்தி வைத்திருந்தது.

நீ இப்படி விடிகாலையில் சட்டென்று எழும்புவதும், செய்தி அனுப்புவதும், சிலவேளைகளில் தொலைபேசி அழைப்பதும் முன்னர் இயல்பானது. நள்ளிரவுகளிலேயே நான் சற்றேனும் மனிதனாக மாறக்கூடியவன் என்பதற்காகவே எனக்காய்த் தூக்கமில்லாது காத்திருக்கும் கருணை மிகுந்தவள் என்பதையும் நான் மறக்கப்போவதில்லை. ஆனால் அது கடந்துகாலம். விரும்பினாலும் நாம் திருப்பி அழைக்கமுடியாத வெளி.

நான் உனது விடிகாலை மூன்றுமணி செய்தியை, பதிலளிக்க விரும்பாத எத்தனையோ பேரின் செய்திகளைப் போல கடந்து

சென்றேன். பிறகு அடுத்த நாளோ அல்லது அதற்கடுத்த நாளோ இன்னும் வேறு செய்திகளை அனுப்பினாய். நான் மீண்டும் மௌனத்தையே தேர்ந்தெடுத்தேன்.

காற்றில் கலந்து பேரோசையாக அவை தொலைந்து போனதைக் கண்டு, தொலைபேசி அழைத்து பேசட்டுமா என புதிய ஒரு செய்தியை அனுப்பினாய். தியானத்தில் இருப்பவனைப் போல இதையும் பார்த்தபடி நான் கடக்க, என் பதிலைக்கூட எதிர்பார்க்காது தொலைபேசியில் அழைத்தாய்.

இது முக்கியமான தருணம். நான் எனக்குள் கட்டியமைத்த அமைதியின் கோட்டை சரிகின்ற கணம். தொலைபேசி அழைப்பை எடுப்பதா அல்லது விடுவதா என்று மனம் அலைமோதிற்று. ஒன்றுஞ் செய்யமுடியாது. நான் உன்னை அவ்வளவு தீவிரமாகக் காதலித்தேன். மன நிம்மதி மணல் கோட்டையாக உதிர்ந்துபோக நான் உன்னோடு கதைக்கத் தொடங்கினேன்.

நீ விடுபட்ட காலங்களில் உனக்குள் நிகழ்ந்தவற்றை எனக்குள் நிரப்பினாய், நானுந்தான்!

ஏன் மூன்று மணி விடிகாலை செய்தியைப் பார்க்கவில்லை? அன்று எங்கள் நகரில் இடிமின்னலோடு பெருமழை பெய்தது. அவ்வளவு பயந்திருந்தேன். அதுதான் உனக்கு செய்தி அனுப்பினேன் என்றாய்.

நாம் பிரிந்தபின்னும், அவசரத்துக்கு அழைக்க முதலில் நானே இருக்கின்றேன் என்று மனம் குளிர்ந்தாலும், முற்றுப்புள்ளி வைத்து இறுதி அத்தியாயம் எழுதியபின், இந்தச் சம்பவத்தை எங்கே புகுத்திப் பார்ப்பது என்று நினைக்க கழிவிரக்கப் புன்னகையொன்று எனக்குள் அரும்பியது.

உன்னை ஒருபோதும் என்னால் மறக்கவோ, வெறுக்கவோ முடியாது. இவ்வளவு அழகாய் இந்தக் காதலைத் தவிர வேறெந்தக் காதலிலும் இப்படிப் பிரிந்தும் போனதில்லை. ஒரு காதல் இப்படி சுமுகமாய் விலகினால், இன்னும் எத்தனையோ காதல்களை வாழ்வில் சந்திக்கலாம் என்ற சிறுபெருமை எனக்குள் இருந்ததென்பதும் உண்மை. அதற்காய் பிரிவின் வாதை இல்லை என்பது அர்த்தமாகாது. அது வேறுவிடயம். துயரமில்லாது பிரிந்தால் அதற்கு எப்படிக் காதலெனப் பெயரிடமுடியும்.

நிறையத் தொடர்ந்து பேசிய நீ சட்டென்று, ‘நான் உன்னை நேசிக்கிறேன், இதைச் சொல்ல இனி ஒரு சந்தர்ப்பம் வருமோ

தெரியாது ஆனால் நான் உன்னை இப்போது காதலிக்கின்றேன்' என்றாய். 'நல்லது' என்றேன் சிரித்தபடி நான்.

பின்னர், என்றேனும் ஒருநாள் என்னைப் பார்க்க வருவாயா என்றாய். எப்படி நமக்கான காலம், இப்படிச் சந்திக்க மெய்நிகர் உலகில் சந்தர்ப்பத்தை வழங்கிற்றோ, அவ்வாறே நேரில் ஒரு வாய்ப்பு வந்தால் சந்திக்கலாம் என்றேன்.

நீ வரும்காலத்தில் நான் எனக்கான ஒரு காதலைக் கண்டடைந்து காதலனோடு இருந்தால் என்ன செய்வாய் என்றும் கேட்டாய். நீ ஒருவனைத் தேர்ந்தெடுத்து விட்டாய் என்றால் அதைச் சந்தோசமாகத்தான் செய்வாய். உன் சந்தோசத்தை ஒருபோதும் குழப்பமாட்டேன். நான் சந்தோசமாக இருப்பதை நீ விருப்பமாட்டாயா என்ன, அப்படித்தான் எனக்கும் என்றேன்.

எப்படியெனினும் எங்கள் நகரம் வந்தால் என்னைச் சந்திக்காமல் போகாதே என்றாய். கட்டாயமாக அதைச் செய்வேன் என்றேன்.

ஆனால் நாமிருவரும் இனியொருபோதும் இதே காதலுடன் சந்திக்கப்போவதில்லை என்பது எனக்குத் தெரியும். நாம் இப்போது கட்டிக் கொண்டிருப்பவையெல்லாம் உதிர்ந்தபோன உலர்ந்த மணலை வைத்து காதல் கோபுரங்களை. அங்கே கடவுளரும் இல்லை, காதலும் இல்லை. இரண்டுமே வெளியேறிச் சில பருவகாலங்கள் ஆயிற்று. நாமேதான் அதன் சாட்சிகளாகவும் இருந்தோம். கூட்டுப்புழுவாகி வண்ணத்துப்பூச்சியாகி தன் கடைசிச் செட்டையை உதிர்த்து மரணித்துபோன மஞ்சள்நிற வண்ணத்துப்பூச்சிதான் நம்மிருவருக்கான காதல் என்பது நமக்கு நினைவிருக்கிறது அல்லவா?

மகிழ்ச்சியாக இருக்கும்போதெல்லாம் உன்னை அழைப்பேன் என்றாய். நான் இனி உன் அழைப்புக்களை முன்னர் இருக்கும் ஆவலுடன் எடுப்பேனோ தெரியாது. என்றாலும் மின்னும் இலக்கங்களில் உன் புன்னகைக்கும் அந்த அழகிய மூக்குத்தி முகத்தைக் காண்பேன்.

எனக்குள் அமைதி சூழும்போதெல்லாம் நான் உன்னை நிச்சயம் நினைத்துக்கொள்வேன்.

இப்படியான இந்த மழைபொழியும் இளவேனில் பொழுதில், உன் நினைவுகளின் கதகதப்புக்குள் மூழ்குவதைப்போல.

22

பயணங்களைத் தனியனாகச் செய்யப் பயந்த காலமென்று ஒன்று இருந்தது. கடக்க முடியாத் துயரங்களைத் தாண்டிப் போனது போல, தனியாய்ப் பயணிக்கலாம் என்ற தெளிவு வந்தபோது இதுவரை அறிந்த உலகும், கற்ற அறிவும் ஒன்றுமே இல்லை என்பது விளங்கியது. சாதாரண ஒருநாள் என்பது இவ்வளவு அழகும் அதிசயங்களையும் கொண்டிருப்பதை அறிவதற்கு எவ்விதத் திட்டமுமில்லாது அலைய வேண்டியிருக்கிறது.

நாம் விரும்பியணிந்த அல்லது திணிக்கப்பட்ட எல்லா அடையாளங்களையும் துறந்துவிட்டு எதுவுமற்ற ஒருவராக அலைவதைப் போல மனதிற்கு நிம்மதி தருவது எதுவுமேயில்லை. அலாரம் அலற, ஒழுங்குகளுக்குள் அடைக்கப்பட்ட வாழ்வைத் தவிர்த்து, இதுவரை நுழைந்துவிடாத ஒழுங்கைகளுக்குள் ஓடிவிடுவதில்தான் எவ்வளவு ஆனந்தமாயிருக்கிறது.

நம்மை நாமே மன்னிக்க மட்டுமில்லை, நடந்த நிகழ்வுகளை, நாமும் பிறரும் நிகழ்த்திப் பார்த்த அபத்த நாடகங்களை கனிந்த மனதுடன் தாண்டிச் செல்ல இப்போது ஒரளவுக்கு முடிகிறது. தெரியாத திசைகளைத் தேடிச் செல்வதிலும், நிகழும் தவறுகளுக்கு மன்னிப்பைத் தொடர்ந்து கோருவதிலுந்தான் வாழ்வு ஓடிக்கொண்டிருப்பதாய் நினைக்கும் ஒருவன், ஆழ்ந்த நேசமிருந்தாலும் எழுந்தமானமாய்க் கோபங்கள் எழுவதும், அடிக்கடி சந்திக்க நேரும் சோர்வுகளும் தவிர்க்கமுடியாதென மலையிற்குப் பின்னால் ஒளிரும் நட்சத்திரங்களுக்குச் சொல்லிக் கொண்டிருக்கின்றான். அந்த மலையைப் பார்க்கப் பார்க்க சொல்லமுடியா உணர்வுகள் பொங்கியெழ, யாருமறியாப் பொழுதில் ஏதேனும் ஒரு குகையொன்றில் ஓடிப்போய் மறைந்துவிடலாமோ என்றும் தோன்றுகிறது.

நீயனுப்புகிறாய் ஒரு செய்தியை. "உன்னை இப்போது புரிந்து கொள்ள முடிகிறது. நீயும் அந்தப்பொழுதில் கஷ்டப்பட்டு இருப்பாய்" என்று. அப்போது நான் எந்தப் 'பயணத்தில்' இருந்தேன் என்பது தெரியவில்லை. பயணம் என்பதைவிட தினமும் அகப்பயணத்தில் பல நூறு மைல்களை கடந்துகொண்டிருப்பவன் அல்லவா?

பயணத்தில் இடைவெட்டுகிறது ஒரு காட்சி: 'செகண்ட் கப்'பில் உன்னைப புரிந்து கொள்ளவே முடியாது என்று நீ கூறிவிட்டு விடுவிடெனப் போனது மங்கலாய்த் தெரிகிறது. 'அப்படி இல்லை உன்னை புரிந்து கொள்ள முயற்சித்துத் தோற்றவன்' எனச் சொல்ல விரும்புகின்றேன், இல்லாவிட்டால் எப்படி இவ்வளவு நேசத்தை வைத்துக்கொண்டு இன்னமும் கடந்தகாலத் தெருக்களில் முடிவற்று அலைந்துகொண்டிருக்க முடியும்?

நீயுனதான வாழ்வின் அடுத்த கட்டத்துக்குப் போய்விட்டாய். மன்னிப்பை அளிப்பதற்கு நான் யார்? தினமும் தவறுகளைச் செய்து அதற்காய் ஒவ்வொருநாளும் வருந்திவிட்டு இன்னொரு புதிய நாளை எதிர் நோக்கியிருப்பவனுக்குத் தவறுகள் என்பது தவிர்க்கவும் முடியாதல்லவா?

'முடிவுகளைத் தீவிரமாய் எடுக்கத் தெரியாதவன்' - என நமக்குள் மெல்லிய காதல் அரும்பி, எல்லோரும் எதிர்ப்பார்க்கும் ஒரு 'அழகிய தருணத்தில்' முடியவேண்டுமென நீ விரும்பியபோது, என்னை அச்சுறுத்தியது நான் தாண்டிவரமுடியாக் கடந்தகாலம். எல்லாவற்றையும் எளிதாய் எடுத்து, அதையதை அவையவை நிகழும்போது பார்த்துக்கொள்ளலாம் என்ற பிரியத்தின் கள்ளமற்ற மனதை இழந்துவிட்டேன் போலும். தெளிவாய் முடிவெடுத்தேன் என்று நினைத்தவை பிறகு அடியோடு சரித்து வீழ்த்திய அனுபவங்கள் என் முன்னே நிழல்களாய் நின்றும் பயமுறுத்துகின்றன.

அனைத்தும் பற்றி நிறைய யோசிக்கின்றேன். என்னால் எதையும் உடனடியாக முடிவெடுத்துவிடாது தடுக்கின்றது, மார்புக்குவட்டில் இன்னமும் உடைத்து வெளியேறிவிடாத கடந்தகாலத்தின் துயரநதி.

இப்போது பார்.

இனி என்னைப் பார்க்கவே மாட்டேன் என்று கூறிப்போந்த உன்னோடு நான் இப்போது மாலை நேர உணவருந்திக் கொண்டிருக்கின்றேன். 'ஒரு சோம்பலான துணைவன் கிடைத்திருக்கின்றான்' என்கிறாய். 'என்னை விடச் சோம்பலாக ஒருவரா?' என்றபோது அதே பழைய அழகான சிரிப்பு.

'நீ என்ன செய்யப்போகின்றாய்? இப்படியே தனியே இருக்கப்போகின்றாயா?', என்னிடம் எந்தப் பதிலுமில்லை. 'இப்படியே எதையாவது வாசித்துக்கொண்டும், எவருக்கும் விளங்காத மாதிரி கதைத்துக்கொண்டும் இருக்கப் போகின்றாயா?' தெரியவில்லை, ஆனால் திரும்பியே சந்திக்கமாட்டோம் என போர்முனையில் வெஞ்சினம் கொண்டவர்களைப் போல வார்த்தை வாளெடுத்து வீசிக்கொண்ட நம்மைப் போன்றவர்கள் திரும்ப இயல்பாய்க் கதைக்க முடிகின்ற இந்தச் சந்தர்ப்பங்களல்லவா நமக்கு முக்கியம்.

எங்கோ ஒரு முடக்கில் சட்டென்று முடிந்துவிடப்போகும் வாழ்வில் கோபத்தையும் வன்மத்தையும் காவிக்கொண்டு எதைச் சாதித்துவிடப் போகிறோம்? நாமிணைந்து ஒரே அலைவரிசையில் பாடலைக் கேட்கவில்லை என்பதற்காய், நமக்காய் இசைக்கும் வெவ்வேறு பாடல்களில் இராகங்கள் இல்லையென்றாகி விடாது.

தூரதேசத் தொலைபேசிக் குரலுக்காய் ஒருகாலத்தில் தன்னையே தொலைத்தவனுக்கு, முகம் எதுவென்றே தெரியாது நேசத்தில் நீந்தத் தெரிந்தவனுக்கு சும்மா இப்படியே இருத்தலும் அவ்வளவு எளிதல்ல.

மாயச்சுழல் வரைபடங்களுடன் எவரையோ சென்றடையப்போகும் பாதையிற்காய் மீண்டும் மெல்லத் திறக்கின்றன புதர்மூடிய பாதைகள்.

23

என் பிரிய குழந்தைக்கு,

இந்த உலகிற்கு நீ வந்து உதிக்கும் நாளில் நான் உன்னருகில் இருப்பேனோ தெரியாது. ஆனால் எங்கிருந்தாலும் உன்னை மனமுவந்து வாழ்த்தும் ஒருவனாக இருப்பேன் என்பதை நான் நான்கறிவேன். உன்னைப் போலவே இந்த உலகம் அழகானது, வாழ்க்கை அதைவிட வனப்பானது. நீ ஒருபோதும் இந்த வாழ்வின் மீதோ மனிதர்களின் மீதோ என்றைக்கும் நம்பிக்கையை இழந்துவிடக்கூடாது. நாம் வளர்ந்து பெரியவர்களாகின்றபோது இந்த உலகின் களங்கத்தையும், மனிதர்களின் தடுமாற்றங்களையும் காணத்தான் செய்வோம். ஆனால் அதைவிட இந்த வாழ்க்கை இன்னும் மேலானது என்பதை நீயறிய வேண்டும். களங்கற்தன்மையிலிருந்து களங்கமின்மையையும், தடுமாற்றங்களிலிருந்து அமைதியைத் தேடிச் செல்லும்போதுதான் வாழ்க்கை சுவாரசியமாகின்றது.

உனக்கு உன் அம்மாவை நன்கு தெரிவதைப் போல, சிலவேளைகளில் இதை வாசிக்கும் உனக்கு என்னைத் தெரியாமல் இருக்கும். நான் யாராக இருந்தாலென்ன உன் அம்மாவைப் பற்றிச் சொல்வதற்காகத்தான் இதை எழுதுகிறேன்.

உன் அம்மாவை நானொரு மார்கழிப் பொழுதொன்றின் புதன் கிழமையொன்றில் கண்டெடுத்தேன். எந்த நாளென்றாலும் புதன் கிழமையென்றால்தான் உன் அம்மாவிற்குப் பிடிக்கும். எனென்றால் உன் அம்மா இந்தப் பூமிக்கு வந்த நாள் புதன் கிழமை. ஆகவே நடக்கும் நல்லவையெல்லாம் புதன் கிழமைகளில் நடப்பதாய் உன் அம்மா அடிக்கடி பட்டியலிட்டுக் கொண்டிருப்பார்.

அவருக்கு அற்புதமான குரல். அந்தக் குரலைத் தொலைபேசியில் கேட்கும்போது எவ்வளவு அருமையாக இருக்கும். அதுபோல நான் எது சொன்னாலும் நம்பக்கூடிய ஓர் அப்பாவியாக இருந்தார். அவரிடம் பொய் சொல்லி அடிக்கடி நம்ப வைத்து விளையாடிக்கொண்டெல்லாம் நானிருப்பேன். உன் அம்மா இருபதுகளிலிருந்தாலும் பல விடயங்களில் உறுதியாய் இருப்பார். சில முடிவுகளைத் தெளிவாக எடுப்பார். பிறகு அதற்காய் மனம் வருந்துவதே இல்லை. நானெல்லாம் அப்படியில்லை. என்னால் எந்த விடயமாயினும் உறுதியான முடிவுகளை எடுக்க முடியாது. அதை உன் அம்மா அடிக்கடி சுட்டிக் காட்டிக் கொண்டேயிருப்பார். அவரும் ஒவ்வொருமுறையும் இந்த விடயத்தில் என்னை மாற்றப் பார்ப்பார், நானோ இன்னும் உறுதியாக இந்த விடயத்தில் மாறுவதில்லையென இருப்பேன். இப்போது இவ்வளவு காலம் சென்றபின் இதை வாசித்துவிட்டு உன் அம்மாவிடம் சொன்னாலும் அவர் இப்போதும் மென்மையாக முறைப்பார் எனத்தான் நினைக்கின்றேன். என்ன சொல்லிவிட்டாயா? உன் அம்மா என்ன கூறுகின்றார் இப்போது?

அப்படித்தான் நாம் ஒருவரையொருவர் அறிந்து கொண்டபின் ஒரு நாளில் அவருக்கு என்னைச் சந்திக்கும் சந்தர்ப்பம் வாய்த்தது. அதற்கு முன் அவரோடு தொலைபேசியில் எவ்வளவு மணிக்கணக்கில் பேசினேன் என்பதைத் தொலைபேசி அட்டை வாங்குகின்ற ஒரு பெண்மணியிடம் கேட்டால் சொல்வார். அவரை உனது அம்மாவிற்கும் பின்னர் அறிமுகப்படுத்தியிருக்கின்றேன் என்பதாய் ஞாபகம். உனது அம்மாவை நேரில் சந்தித்தபின் நானும் உன் அம்மாவும் நிறைய தடங்கல்களையும் தடுமாற்றங்களையும் கண்டிருக்கின்றோம்.

நானறிந்தும் அறியாமலும் அவரைக் காயப்படுத்தியுமிருக்கின்றேன். ஆனால் அதை உணரும் ஒவ்வொருபொழுதும் மனம் நொந்திருக்கின்றேன் என்பதும் உண்மை. உன் அம்மாவிற்கு நீயொரு குழந்தையாக இப்போது இருப்பதுபோல நானும் அவரை பத்திரமாய் வைத்திருக்கவேண்டும் என்றுதான் விரும்புவேன், ஆனால் அது பல தடவைகள் என்னை மீறி தவறாகவே நிகழ்ந்து முடிந்திருக்கின்றது.

ஆனால் அதுவல்ல உன் அம்மா. உன் அம்மா மிகச் சிறந்த படிப்பாளி. ஆசிரியர்களிடம் தொடங்கி பேராசிரியர்கள் வரை நிறையப் பாராட்டுக்களைப் பெற்றிருக்கின்றார். அப்போதெல்லாம்

எனக்கு எவ்வளவு சந்தோசமாய் இருக்கும் என்பதை என்னால் இந்த வார்த்தைகளை வைத்து விபரிக்கத் தெரியவில்லை.

நீயறியாத அல்லது இனி நீயறியப்போகின்ற அம்மாவைப் பற்றிச் சொல்லவேண்டும். உன் அம்மா சாப்பிடும் உணவென்பது மிகச் சொற்பம். உன் சின்னக்கைகள் இரண்டையும் விரித்து வைத்தால் அதில் கொள்ளக்கூடிய கொஞ்ச உணவையே உன் அம்மா சாப்பிடுவார். ஆனால் குறைவாகச் சாப்பிடுவதால் உணவில் விருப்பமில்லை என்று அர்த்தமல்ல. விதம்விதமான உணவுகளைச் சுவைத்துப் பார்ப்பதென்றால் அவருக்கு மிக விருப்பம். அதைவிட அவருக்கு உணவுக்குப் பின் சாப்பிடும் டெஸர்ட் என்றால் கொள்ளைப் பிரியம். அவற்றைத் தேடித்தேடி இரசித்துச் சாப்பிடுவார். அதுவும் சிலவேளைகளில் சாப்பிட்ட படங்களை புகைப்படமாய் எடுத்துவைத்திருந்து -பிறகு அதை எப்போதாவது பார்க்க சந்தர்ப்பம் வாய்த்தால் - அந்த இடங்களுக்கு மீண்டும் போகவேண்டும் என்று ஆசைப்பட்டுக்கொண்டிருப்பார். அத்தோடு அம்மா நன்கு bake செய்யக்கூடியவர். எனவே நீ அடிக்கடி அவரைத் தொந்தரவுபடுத்தி நல்ல கப்-கேக்குகளை, மஃபின்களைச் சாப்பிடலாம், அதை மறந்துவிடாதே. ஆனால் இதையெல்லாவற்றையும் விட, உன் அம்மாவிற்குப் பிடிக்கும் இன்னொரு உணவு இருக்கிறது. அது பிரியாணி. இப்போது கூட அவரிடம் சென்று, 'அம்மா உங்களுக்கு பிரியாணி பிடிக்குமா' என்று கேட்டுப்பார். அவரின் முகம் ஒரு தாமரை மலரைப் போல மலர்வதை நீ காண்பாய்.

உன் அம்மாவிற்கு விதம் விதமாய்ச் சாப்பிடுவது மட்டுமில்லை, இரவு தூங்கும்போது கதைகள் கேட்பதும் பிடிக்கும். அவருக்கு நித்திரை வராத பொழுதுகளில் என்னைக் கதைகள் சொல்லச் சொல்லிக் கேட்டுக்கொண்டிருப்பார். ஆனால் நானொரு மோசமான கதைசொல்லி. என்னால் கதை சொல்ல முடிந்தாலும் அவை துயரமான கதைகளாகவே இருக்கும். உன் அம்மாவிற்கு தேவதைகளும், புலிகளும், தும்புக்கட்டைகளும், அவற்றில் பறக்கும் சூனியக்காரிகளும் வரும் கதைகளே பிடிக்கும். ஆகவே நான் ஒவ்வொருமுறையும் கதை சொல்வதில் தோற்றுக்கொண்டேயிருப்பேன். ஆனால் நீ உன் அம்மாவிற்கு நிறையக் கதைகள் சொல்லவேண்டும். உன் உலகத்துக் கதைகள் நிச்சயம் உன் அம்மாவிற்குப் பிடிக்கும். அதுமாதிரி நீயும் உன் அம்மாவிடம் கதைகள் கேட்கலாம். அவர் நிச்சயமாக உனக்குப்

பிடித்த கதைகளைச் சொல்லுவார். அவர் என்னையே அப்படிக் கதைகள் சொல்லி தூங்க வைத்துமிருக்கின்றார். இன்னும் உன் அம்மா சங்கீதம் கற்றவர். நீ அவரிடமிருந்து பாடக் கற்றுக்கொள்ளவும் முடியும்.

எதென்றாலும் நீ முன்முடிவுகள் இன்றி அறிந்துகொள், ஆனால் ஒன்று பிடிக்கவில்லையென்றால் தொடர்ந்து அதைச் செய்யாது விலகிப் போய் உனக்கு விரும்பியதைத் தொடர்ந்து செய். இந்த உலகில் தினமும் கற்றுக்கொள்ள எத்தனையோ விடயங்களும், நடந்து போவதற்கு பல்லாயிரக்கணக்கான பாதைகளும் இருப்பதை மறந்துவிடாதே. ஒரு பாதை மூடப்பட்டால் இன்னொரு பாதை தானாகவே திறந்துகொள்ளவேச் செய்யும். நாம் அதற்கான சந்தர்ப்பங்களை உருவாக்கிக்கொள்ளவும், புதியவற்றை அறியவும் விரும்பினால் மட்டுமே போதுமானது.

நீ நிறைய புத்தகங்களை உன் அம்மாவைப் போல வாசிக்கவேண்டும் என்பது என் விருப்பமாக இருக்கிறது. புத்தகங்கள் நிறைய நமக்குக் கற்றுத்தரும் என்பதை நீ வளரும்போது அறிந்துகொள்வாய். ஆனால் புத்தகங்களுக்கு வெளியேயும் உலகம் இருப்பதை மறந்துவிடக்கூடாது. மற்றது நீ பயணங்கள் நிறையச் செய்யவேண்டும். அப்படிச் செய்யும்போதுதான் இந்த உலகம் எவ்வளவு விரிந்தது என்பதையும் எல்லா மனிதர்களையும் வெறுப்பின்றி நேசிக்கமுடியும் என்பதையும் நீ அறிவாய். ஒருமுறை நானும் உனது அம்மாவும பிரான்ஸில் அரண்மனையொன்றின் முன்றலில் நின்றிருந்தபோது நமது குழந்தைகளை இந்த இடங்களுக்கு எல்லாம் கூட்டிக்கொண்டு வரவேண்டும், அதிக பயணங்களைப் பிள்ளைகளோடு செய்யவேண்டும் என்று அவர் சொல்லிக்கொண்டிருந்தார். ஆகவே நீ விரும்பும்போது, பயணிக்க உன் அம்மா தயங்கினால், இப்படி அன்று கூறிய நீங்கள் இப்போது இப்படி இருக்கலாமா என கேட்டு அவரையும் இழுத்துக்கூட்டிக்கொண்டு போய் நீ பயணிக்கலாம்.

உன் அம்மாவைப் பற்றி மேலும் நிறையச் சொல்லத்தேவையில்லை. அவர் பிறர் மீது எவ்வளவு அன்பும் அக்கறையும் உள்ளவர் என்பதை நான் நன்கறிவேன். உனக்கு நல்லதொரு அம்மா கிடைத்திருக்கின்றார் எனப் பெருமிதப்படும்படியாக அவர் உன்னை நிச்சயம் வளர்ப்பார். எனக்கும் சின்னப்பிள்ளைகள்

என்றால் கொள்ளைப் பிரியம். உன்னைப் போன்ற குழந்தைகளை இந்த உலகில் யார்தான் விரும்பாமல் இருக்க முடியும்?

இறுதியாய் உன் அம்மாவை நீ வளர்ந்தபின் கவனமாகப் பார்த்துக்கொள்வாய் என்பதைப் பற்றி சொல்லத்தேவையில்லை. ஆனால் உன் அம்மா அடிக்கடி நிறைய அன்பினால் காயமடையக்கூடியவர். அவரின் ஆளுமையைக் கூட என் மீதான அன்பினால் அவர் சமரசம் செய்ததை நானறிவேன். எனவே என்ன நடந்தாலும் அம்மா மீதிருக்கும் அன்பையும் கரிசனையையும் எவ்வளவு பெரிய மனிதராக வளர்ந்துவிட்டபின்னும் மறந்துவிடாதே.

இப்போது உனக்கு இதையெழுதும் நான் யாரென்ற சந்தேகம் வரக்கூடும். நான் அருகிலிருந்தால் உன் தகப்பனாய் இருக்கலாம். அருகிலில்லாவிட்டால் உன் அம்மாவின் நண்பராய் ஒரு காலத்தில் நானிருந்தேன் என எண்ணிக்கொள். நானும் உன் அம்மாவும் நம் அன்பினால் நம் உறவை நீடிக்கவும் நிலைக்கவும் இந்தக் காலத்தில் முயன்று கொண்டிருக்கின்றோம். எல்லா முயற்சிகளும் வெற்றி பெறும் என்பதில்லை. நானொரு அவநம்பிக்கையின் காலத்துக்குரியவனாகவே என்னை அடையாளப்படுத்திக் கொண்டிருக்கின்றேன். சிறுவயதில் போருக்குள் இருந்தபோது வளர்ந்து பெரிய ஆளாக முன்னரே இறந்துவிடுவேன் என்றே நம்பிக்கொண்டிருந்தேன். ஆனால் அது அவநம்பிக்கை என்பதை போருக்குள் இறக்காது இப்போதும் வாழ்ந்துகொண்டிருப்பதைக் காலம் சொல்லுகிறது. அப்படித்தான் உன் அம்மாவோடு என் உறவைச் சரிப்படுத்த முயன்று கொண்டிருக்கின்றேன். ஆனால் முடிவு எப்படியிருக்குமென்று எனக்குத் தெரியவில்லை. எதிர்காலத்தை அறிந்த ஞானிகள் அல்லவே நாங்கள். நம் முடிவுகளோ தீர்ப்புக்களோ உனக்கு முக்கியமும் இல்லை.

எனக்கு என் அம்மாவை அவரின் இளமைக்காலத்தில் எப்படி இருந்திருப்பார் என்று அறிவதில் எவ்வளவு விருப்பம் இருக்கிறதென்பதை நானறிவேன். அவர்கள் நமக்கு அம்மாக்களாக ஆக முன்னர் எவ்வாறு வாழ்ந்திருந்தார்கள் என்பது அவ்வளவு சுவாரசியமானது அல்லவா? அவையெல்லாம் சேர்ந்துதானே நம் அம்மாக்களின் ஆளுமைகளை உருவாக்கியிருக்கும். ஆகவேதான் உன் இளமைக்கால அம்மாவைப் பற்றி உனக்காக எழுத முயன்றிருக்கின்றேன்.

நீ இதை வாசிக்கும் பொழுதில் நான் அருகில் இருப்பதற்கான நம்பிக்கைகள் அருகிக்கொண்டிருக்கின்றன. இதை உன் அம்மாவின் ஒரு நண்பன் எழுதியதென்று நீ வாசித்தால் இன்னும் நல்லது. ஏனெனில் நானும் உன் அம்மாவும் எங்கள் வாழ்வை நண்பர்களாகவே அமைக்க வேண்டுமென விரும்பியவர்கள். இந்தச் சமூகம் செய்த அமைப்புக்களை உடைத்துப் பார்க்கும் விருப்பம் உடையவர்களாகவே இருந்திருக்கின்றோம். காலமும் சூழலும் அதை அவ்வளவு சாத்தியமாக்க விடவில்லையெனினும் எங்களால் இயன்றளவைச் செய்ய முயன்றிருக்கின்றோம். அதில் பலவழிகளில் தோற்றிருக்கின்றோம் என்றாலும் நம்மளவில் முயன்றிருக்கின்றோம் என்பதுதான் முக்கியமானது. உன்னைப் போன்ற புதிய தலைமுறைகள் இனி இந்த உலகை இன்னும் விசாலமாய், ஆழமாய்ப் பார்க்குமென நம்புகின்றேன். உன்னை உன் அம்மா அப்படியொரு நல்லதொரு ஆளுமையாக வளர்ப்பார் என்பதில் எனக்கு அவ்வளவு நம்பிக்கை இருக்கிறது.

நாளைய உன் வரவை நானும் எதிர்பார்த்துக்கொண்டிருக்கின்றேன். அந்தக் கணத்தில் உன் அம்மாவின் முகமலர்ச்சியைப் பார்க்கவும் விருப்பமுடையவனாகவும் இருக்கின்றேன். ஆனால் அதற்கு நான் கட்டாயமாக நான் உனக்குத் தகப்பனாக இருக்கவேண்டும் என்கின்ற எந்த அவசியமும் இல்லை. நீயுன் அம்மாவிற்கு பிள்ளையாக இருந்தாலே போதும். நான் தொலைவிலிருக்கின்றேனோ அருகிலிருக்கின்றேனோ என் வாழ்த்தும் ஆசிர்வாதமும் என்றும் உனக்கு இருக்கும் என் குழந்தாய்!

- *உன் அம்மாவின் நண்பன்*

சுழி குமிழ்களாகி உடையக் கனவுகள் கலைந்தன.

சிலவேளைகளில் ஏதோ பெரும் விடயத்தை இழந்தமாதிரி, நாங்கள் வெறுமையையும், வெற்றிடத்தையும் உணர்வோம். எங்களுக்கு இதன் காரணந்தெரியாது, இது மிகவும் தெளிவற்றும் இருக்கும். ஆனால், வெறுமையாக இருக்கும் அந்த உணர்வு எங்களுக்குள் மிக உறுதியாக இருக்கும். நாங்கள் ஏதோ நல்லது நிகழ்ந்து, எங்கள் தனிமையும், வெறுமையும் குறையும் என்று எதிர்பார்க்கவும், நம்பிக்கை கொள்ளவும் செய்வோம்.

எங்களை அறிந்துகொள்வதற்கும், வாழ்க்கையை புரிந்துகொள்வதற்குமான வேட்கை தீவிரமாக எழுவதைப் பார்ப்போம். அத்துடன் நேசிக்கவும், நேசிக்கப்படுவதற்கான ஆழமான தாகமும் இருக்கும். நாங்கள் நேசிக்கவும், நேசிக்கப்படுவதற்கும் கூடத் தயாராக இருப்போம். இவை மிகவும் இயல்பானவை. ஆனால் நாங்கள் மிகவும் வெறுமையாக இருப்பதனால், நாங்கள் எங்கள் காதலை அதற்கான ஒரு மாற்றாகப் பார்க்கின்றோம்.

சில நேரங்களில் எங்களை நாங்கள் விளங்கிக்கொள்வதற்கான நேரம் கிடைப்பதில்லை, இருந்தும் நாங்கள் காதலில் நமக்கான மாற்றைக் கண்டுபிடித்துவிட்டதாய் நினைப்போம். எங்கள் நம்பிக்கைகளையும், எதிர்பார்ப்புக்களையும் இன்னொரு நபரால் பூர்த்தி செய்ய முடியாதென்று அறியும்போது, நாங்கள் தொடர்ந்தும் வெறுமையை உணர்வோம்.

நீங்கள் எதையோ கண்டடைய வேண்டுமென விரும்புவீர்கள், ஆனால் என்ன தேடுகின்றீர்கள் என உங்களுக்குத் தெரியாது இருக்கும். எல்லோருக்குள்ளும் தொடர்ச்சியான ஆசைகளும், எதிர்பார்ப்புக்களும் இருக்கும். ஏதாவது நல்லது நடக்கவேண்டும் என்ற எதிர்பார்ப்பும் உள்மன ஆழத்தில் இருக்கும். ஆகவேதான் உங்கள் மின்னஞ்சல்களை ஒரு நாளில் நிறைய நேரம் திறந்துபார்த்தபடி இருக்கின்றீர்கள்.

"*How to Love*", Thich Nhat Hanh

24

எனக்கும் அவளுக்கும் இடையில் தொலைவு இருந்தாலும், நாங்கள் தொடர்ந்து இரவு பகலாகத் தொலைபேசியில் பேசிக்கொண்டேயிருந்தோம். நான் திருவண்ணாமலையில் அலைந்து திரிந்த இடங்களைப் பற்றியெல்லாம் விபரமாகச் சொல்லத் தொடங்கியிருந்தேன். பாலைவனத்தில் அலைந்து திரிந்தவனுக்கு தண்ணீரைக் குடித்தபின்னும் இன்னும் தாகம் இருப்பது போல அவளின் சொற்களைத் தொடர்ந்து கேட்கவேண்டும் போலவும் எனக்குத் தோன்றியது.

இப்போது மீண்டும் நான் சென்னைக்குத் திரும்பியுமிருந்தேன். ஒருநாள் தற்செயலாகக் கதைத்துக்கொண்டிருந்தபோதுதான், ஏன் நான் இந்தியாவில் வந்து நிற்கின்றேன் என்ற விடயத்தை அவளுக்குச் சொன்னேன். இங்கேயிருந்து எங்கேயாவது இதுவரை பயணிக்காத ஒரு நாட்டுக்குப் போனால் எவ்வளவு நல்லாயிருக்குமென்று சொல்லிப் பெருமூச்சை விட்டேன்.

எங்கிருந்து அவளுக்கு இந்த யோசனை வந்ததோ தெரியாது, 'எதிர்வரும் இரண்டு வாரங்களுக்கு, நான் ஏற்கனவே வேலையில் இருந்து விடுமுறை எடுத்து வைத்திருக்கின்றேன். நீயும் வருவாயென்றால் தாய்லாந்திற்குப் போகலாம்' என்றாள். சில நாட்களுக்கு முன் அறிமுகமான என்னோடு ஒரு பயணத்திற்கு அவள் தயாரென்றபோது எனக்குச் சற்று ஆச்சரியமாக இருந்தது. ஆனால் பிறகு அவள் இப்படி அருகிலிருக்கும் பல்வேறு இடங்களுக்குத் தனித்துப் பயணித்திருக்கின்றாள் என்பதால், நானோர் அந்நியனாக இருந்தாலும் அவளுக்கு அஃதொரு பொருட்டாக இருக்கவில்லை என்பதும் புரிந்தது.

அவள் தான் வசிக்கும் நாட்டிலிருந்து சென்னையிற்கு வர, நான் அவளை விமான நிலையத்தில் சந்தித்து தாய்லாந்திற்குப் போவது

என்று தீர்மானிக்கப்பட்டது. எவ்வளவுதான் மறைத்தாலும், ஒரு பெண்ணைச் சந்திக்கின்றேன், அவளோடு எனக்குப் பிடித்த தென்கிழக்காசியாவிற்குப் போகின்றேன் என்று நினைத்தபோது மனதிற்குக் குளிர்ச்சியாகத்தான் இருந்தது.

சென்னை விமானநிலையத்தில் இருகரங்களை விரித்தபடி அவள் எவ்வித நாடகீயத்தன்மையுமில்லாது என்னை அணைத்தபோது, அவளோடு மிக இயல்பாக இருக்கலாம் என்பது புரிந்தது. விமானத்திற்குள் ஏறியதிலிருந்து அவள் தொடர்ந்து பேசிக்கொண்டே வந்தாள். நானோ வார்த்தைகளை அளந்து பேசுகின்றவன்; கோபம் வரும்போதுமட்டும் வார்த்தைகளை அளவிறந்து கொட்டுபவன்.

அவளின் கதைகளைச் சுவாரசியமாகக் கேட்டபடி விமானத்தின் வெளியே விழிகளை வீசியபடி இருந்தேன். பகல் நேரப் பயணம் என்பதால் வெளியே நிலப்பரப்புக்களும், கடலும் தெளிவாகத் தெரிந்துகொண்டிருந்தன. ‘குட்டி இளவரசன்’ எழுதிப் புகழ்பெற்ற அந்த்வான் செந்த்-எக்கபாரியின் இன்னொரு நாவல் எனக்கு ஞாபகம் வந்திருந்தது. அண்டீஸ் பனிமலையிலும், சஹாரா பாலைவனத்திலும் விமானம் வீழ்ந்து, பல நாட்களாய் பாதங்கள் பனியிலும், மழையிலும் புதையப் புதைய நடந்து தப்பிய மனிதர்களைப் பற்றி எக்கபாரி எழுதியதை வாசித்தபோது, இவையெல்லாம் மனித வாழ்வில் நடப்பது சாத்தியமா என்று வியந்திருக்கின்றேன். எக்கபாரி போன்றவர்கள் சாகசங்கள் மூலம் அமைத்த விமானத்தடங்களினூடு, எங்களைப்போன்றவர்கள் இன்று வசதியாகப் பயணித்துக் கொண்டிருக்கின்றோம் என அருகிலிருந்த அவளுக்குச் சொல்லவும் செய்தேன்.

தாய்லாந்தில் சுற்றுலாப் பயணிகள் அவ்வளவு குவியாத ஓரிடத்தில் நாங்கள் தங்குமிடத்தைப் பதிவு செய்தது நல்லதாகப் போய்விட்டது. உள்ளூர் மக்களிடையே கலந்து, தாய்லாந்திற்கு என்றே பிரசித்த பெற்ற தெருவோரக் கடைகளில் சாப்பிட்டபடி, இதுவரை சுவைத்ததில்லையென்கின்ற மாதிரி அவ்வளவு இனிமையான பழங்களைக் கடித்தபடி நாங்கள் உலாத்திக் கொண்டிருந்தோம். நள்ளிரவை அண்மித்தபோதும் மக்களின் நடமாட்டம் தெருக்களில் குறையாது இருந்தது. ஒரு திருப்பத்தில் எங்கள் ஊர்க்கோயில் போல மணிச்சத்தம் கேட்க அதனை நோக்கிப் போனோம். பிள்ளையார் மிகப் பெரிய உருவத்துடன்

முன்னே நின்றார். அவரைப் பயபக்தியுடன் தாண்டி உள்ளே போக, புத்தர் சாந்தமான முகத்துடன் வரவேற்றார். மக்கள் பழங்களையும், பூக்களையும் இவர்களுக்குச் சமர்ப்பித்து, வழிபட்டுக் கொண்டிருந்தார்கள். கமகமத்துக்கொண்டிருந்த சாம்பிராணி வாசனை வேறொரு உலகிற்கு எங்களை அழைத்துக்கொண்டுப் போயிருந்தது.

வெளியே வந்தபோது கடைகளில் தூரியான் பழங்களை வாங்கப் பெண்கள் அள்ளுப்பட்டுக் கொண்டிருந்தார்கள். 'இன்றிரவு இவர்களின் வீட்டில் என்னவெல்லாம் நடக்கப்போகின்றதோ தெரியாது' எனச்சொல்லி இவள் கண்ணைச் சிமிட்டினாள். 'தூரியானைச் சாப்பிடுவதற்கு ஆண்களெல்லோ தள்ளுப்படவேண்டும்' என்றேன். 'இந்த ஆண்கள் எவ்வளவு சோம்பேறியானவர்கள் என்று தெரிந்துதான் அவர்களுக்கும் சேர்த்தே இந்தப் பெண்கள் வாங்கிக் கொண்டிருக்கின்றார்கள்' என்றாள்.

பாங்கொங்க் போன இரண்டாம் நாள், விடியாத இரவுகளுக்கென்றே இருக்கும் களியாட்டத் தெருக்களுக்குச் சென்றோம். ஒரு வீதியில் அதிரும் இசை தொடங்கியிருக்க, வெளியில் நின்றபடியே தங்கள் தங்கள் பாருக்கு வாருங்களென, அதனதன் ஊழியர்கள் அழைத்துக்கொண்டிருந்தார்கள். laughing gas என்று நைட்டிரஸ் ஒக்ஸைட்டால் நிரப்பப்பட்ட பலூன்களையும் கைகளில் வைத்துக்கொண்டு பலர் திரிந்தார்கள். அதை இழுத்தபோது, என்ன நிகழ்கிறதென அறியாது மிதப்பதுபோலத் தோன்றியது. தொடர்ச்சியாக உள்ளேயூறிய உற்சாகத்தில் அதுவரை சாப்பிட்டுப் பார்க்கப் பயமுறுத்திக்கொண்டிருந்த, பொரித்துவைத்த வெட்டுக்கிளிகளையும், தேள்களையும் ருசித்துப் பார்த்தேன். அவளும் உற்சாகமாய் இருந்தாள். தாய்லாந்திற்குரிய chang, singha பியர்களை எவ்வளவு கான்கள் முடித்தோம் என எண்ணி முடிக்காமலே, ததும்பி வழியும் இசையோடு சேர்ந்து ஆடவும் தொடங்கியிருந்தோம்.

அடுத்த நாள் விடிய எழும்பும்வரை அதற்குப் பிறகு என்ன நடந்தது என்பது எங்களுக்கு ஞாபகம் இருக்கவில்லை. அந்த களியாட்டத் தெருவிலிருந்து எங்களின் அறைக்கு எப்படி வந்தோம் என்பது கூட கனவு போலிருந்தது. யாரோ பக்கத்து அறையில் குளித்துக்கொண்டிருக்கும் சத்தமே என்னைத் தூக்கத்திலிருந்து

எழுப்பியிருந்தது. அவள் இன்னும் விழித்திருக்கவில்லை. ஆடைகள் இல்லாது அவளை முதன்முதலாக வெளிச்சத்தில் பார்க்கின்றேன். மார்புகள் சரிந்திருக்க ஒருபக்கம் சாய்ந்து படுத்திருந்த அவளின் உடலில் சூரியன்பட, அவ்வளவு அழகாய்த் தெரிந்தாள்.

அவளை எழுப்பிவிடாத கவனத்துடன் அருகிலிருந்த கடைக்குப் போய், கோப்பியையும் காலையுணவையும் வாங்கி வந்திருந்தேன். கதைக்கத் தொடங்கிய கொஞ்ச நாட்களிலேயே தானொரு கோப்பிப் பைத்தியம் என்றாள். நான் பால்தேநீருக்கு அடிமையென்றபோது, நீ ஆங்கிலேய காலனித்துவவாதிகளின் வழித்தோன்றலென செல்லமாகக் கோபித்தாள். நமது நாட்டில் ஆங்கிலேயர் தேயிலைக்கு முன்னர் கோப்பியைத்தான் பயிரிட்டார்கள், பிறகு கோப்பிப் பயிர்களை நோய் வந்து அழியத்தான், தேயிலைக்கு மாறினார்கள், அதை மறந்துவிடாதேயென அவளுக்கு நினைவூட்டினேன்.

25

தாய்லாந்தும், கம்போடியாவும் எங்களின் பயணத் திட்டத்தில் இருந்தாலும், எனக்குக் கம்போடியாவில் அங்கோர் கோயில்களைப் பார்ப்பதே முக்கியமாய் இருந்தது. அவள் தனக்கு தாய்லாந்தில் பட்டாயாவிற்குப் போகவேண்டும் என்றாள். அழகான கடற்கரைகளுக்குத் தாய்லாந்தில் பட்டாயாவும், புக்கட்டும் பிரபல்யமானவை. அப்படி அவள் பட்டாயாவிற்குப் போகவேண்டுமெனச் சொன்னவுடன், தமிழ்த் திரைப்பட நாயகிகள் நீச்சலுடையில் நீரை விசிறியபடி ஓடி வருவதைப் போல அவளையொரு கணம் கற்பனை செய்து பார்த்தேன். அவள் கடற்கரைக்காக அல்ல, நீண்டகாலமாய் அங்கே வசிக்கும் ஒரு உறவுக்காரரைப் பார்ப்பதற்காகத்தான் அங்கே செல்லவேண்டும் என்றபோது எனக்குள் ஏமாற்றம் அலையாய் எழுந்து மடிந்தது.

'பட்டாயாவில் உன் உறவுக்காரர் இருப்பது வியப்பாக இருக்கிறது' எனக் கதையை மாற்றினேன். 'இதிலென்ன வியப்பிருக்கிறது. என்னுடைய சொந்தக்காரர் என்றில்லை நிறைய எங்கடை ஆக்கள் அங்கே இருக்கினம்' என்றாள். இலங்கையிலிருந்து ஐரோப்பா, ஆஸ்திரேலியா கண்டங்களுக்குப் போக முயற்சிக்கின்றவர்களுக்கு தென்கிழக்காசியாதான் ஒரு முக்கிய கேந்திர நிலையம் என்பதும் எனக்கு அப்போதுதான் ஞாபகத்திற்கு வந்தது.

'ஆனாலும் கப்பலில் போகின்றவர்கள் இந்தோனேசியாவில் இருந்துதானே அதிகம் வெளிக்கிடுபவர்கள்' என நான் இழுத்தேன்.

'இந்தோனேசியாவில் இருந்துதான் புறப்படுகின்றார்கள் என்றாலும், அங்கே இருந்தால் ஆபத்து என்பதால் தாய்லாந்தில்தான் அதிகம் தங்கி நிற்பார்கள். கப்பல் புறப்படும் செய்தி வரும்போது மட்டும் அசெம்பிளாகி அங்கே சென்றடைவார்கள்' என ஒரு பயணமுகவர் போல நுணுக்கமாய்ச் சொன்னாள்.

‘உனக்கு எப்படி இந்த விடயங்கள் எல்லாம் விபரமாய்த் தெரியும்’ என்றேன்.

‘அதற்குப் பதில் சொல்லமுன்னர், உனக்கு என்னைப் பற்றி எல்லாம் தெரியும் என்று நீ நினைக்கின்றாயா?’ எனக் கேட்டு மடக்கினாள்.

‘ஒரு கிழமையாய்த்தானே உன்னைத் தெரியும். அதற்குள் எனக்கு எப்படி உன்னை முழுமையாய்த் தெரியும்?’

‘சரி அதை விடு, நான் இயக்கத்தில் ஒரு காலத்தில் இருந்தவள் என்றாவது தெரியுமா?’ என்றாள்.

இயக்கம் உயிர்ப்போடு இருந்த காலங்களில்தான் இயக்கத்தைப் பற்றிப் பயம் இருந்தது என்று பார்த்தால், இப்போது இயக்கம் அழிந்த பின்னும், இவள் ஒரே மர்மமாய்க் கதைக்கின்றாளே என எனக்கு ஒரே குழப்பமாயிருந்தது.

‘நீ பதினெட்டு வயதிலேயே வெளிநாட்டுக்கு வந்துவிட்டேன் என்று சொன்னாயே’ என அவளுக்கு, அவள் சில நாட்களுக்கு முன்னர் தொலைபேசியில் கதைக்கும்போது எனக்குச் சொன்னதை ஞாபகப்படுத்தினேன்.

‘ஓம். அது உண்மைதான். எனக்குப் பதினெட்டு வயதாகும்போது இயக்கம் மகிந்தாவோடு சமாதானத் தேனிலவுக் காலத்தில் இருந்தது. அவர்கள் அப்போது இயக்க வேலைகளுக்காய் வெளிநாட்டுக்கு அனுப்பிவைத்த பலரில் நானும் ஒருத்தி. நான் கட்டுநாயக்காவில் இருந்து முதலில் வந்திறங்கியது தாய்லாந்திற்குத்தான். என்னுடைய கதையை விடு, இயக்கத்திற்கு இந்தப் பக்கமாய் சில தலைமறைவான பேஸ்கள் இருந்ததாவது தெரியுமா?’

இந்த உண்மையெல்லாம் அண்மையில்தான் பகிரங்கமாய் வந்து எங்கேயோ வாசித்திருந்தேன் என்றாலும், எனக்கும் இயக்க விவகாரம் கொஞ்சம் தெரியும் என்று காட்டி, இவளிடம் எதையும் விட்டுக் கொடுக்கக் கூடாதென்ற தீர்மானத்துடன் ‘இயக்கத்தின் ஆயுத விநியோகித்தரான கேபியின்ரை மனுசியே தாய்லாந்துக்காரியாக இருக்கும்போது, இயக்கத்திற்கு இங்கே தளங்கள் இருக்காது விட்டிருந்தால்தான் அதிசயமாக இருக்கும்’ எனச் சொல்லிச் சமாளித்தேன்.

சட்டென்று 'உனக்கும் நிறைய விசயங்கள் தெரிந்திருக்கிறது. நீயும் இயக்கமா?' என்றாள்.

'இயக்கத்துக்கு போய் சூட்டுப்பயிற்சி எடுக்கும்போது, ஏ.கேயை நெஞ்சினில் பதித்து தூரத்திலிருக்கும் பனையை இலக்கெனச் சொல்லிச் சுடச் சொன்னார்கள். சுடு எனக் கட்டளை வந்தபோது, லோட் செய்து ரிக்கரை அழுத்த நெஞ்சினில் யாரோ உதைத்த மாதிரி ஓர் உணர்வு. அப்படியே பின்னாலே போய் விழுந்து கிடந்தேன். ரவுன்ஸ் வானத்தை நோக்கிப் பாய்ந்தது. ரெயினிங் தந்தவங்களுக்கு ஒரே சிரிப்பு. இப்படியே சுடுவது என்றால் ஆர்மி பனைமரத்திலிருந்துதான் முதலில் குதிக்கவேண்டும் என்று சொல்லி என்னை வீட்டுக்கு அனுப்பி விட்டிட்டாங்கள்.'

'அப்படியெனில் நீ உண்மையிலேயே இயக்கப் பக்கம் எட்டியே பார்த்திருக்க மாட்டாய்.'

'இப்போது நன்கு விளங்கிறதுதானே. நான் இயக்கமில்லை என்று.'

'நானும் இயக்கமில்லை. சும்மா உன்னைப் பயமுறுத்தத்தான் இயக்கக்காரி எனச் சொன்னேன். இப்போது அப்படிச் சொல்வதுதானே டிரெண்ட்' என்றாள்.

இவள் நேரத்துக்கு ஒவ்வொன்றை மாற்றி மாற்றிச் சொல்ல, எனக்கு இவள் Don Quixote இன் இன்னொரு வடிவம் போலத் தோன்றினாள். உண்மையிலே இவள் இயக்கத்தில் இருந்தவளா இல்லையா என்ற பெருங்குழப்பம் வந்தது. இதற்குள் மேலும் தேவையில்லாது அமிழ்வதைத் தவிர்த்து, Don Quixote இன் எல்லாக் கட்டுக்கதைகளையும் நம்பி, எதையும் திரும்பிப் பேசாது அசைப்போட்டபடி வந்த அவரின் கழுதையைப் போல நானும் ஆவதே இப்போது உத்தமமென எனக்குள் சொல்லிக்கொண்டேன்.

26

பட்டாயாவில் இருந்த உறவுக்காரரை அவள் தொடர்பு கொள்ள முயற்சி செய்த ஒவ்வொரு பொழுதும் தோற்றுப் போனது. இப்படியே அவருக்காய் காத்திருந்தால் கம்போடியாவிற்குப் போக முன்னரே எங்களின் விடுமுறை முடிந்து விடுமென்பதால் அவளையும் இழுத்துக்கொண்டு கம்போடியாவிற்கு, தாய்லாந்திலிருந்து பஸ்ஸெடுத்துப் போனேன். சரியான வெக்கையான நாளாகவும் அது இருந்தது. அதற்கு முதல் கம்போடியாவிற்கு விஸா எடுக்கவில்லை என்பதால் அந்த எல்லையில் வைத்து விஸா எடுத்தோம்.

இரண்டு எல்லைகள், அதன் இடையே நடந்து கொண்டிருப்பது, கடுப்பான முகங்களோடும் இராணுவ உடையோடும் இருக்கும் எல்லைக்காவலர் என எல்லாவற்றையும் பார்க்கும்போது எனக்கு இயக்கத்தின் கட்டுப்பாட்டிலிருந்த பகுதியிலிருந்து இராணுவப் பகுதிக்கு நான் தப்பியோடி வந்த நாட்கள் நினைவில் ஓடின. ஒரு பகல்பொழுது ஊரவர் எவர்க்கும் தெரியாது புறப்பட்டு, வெயில் உருக்கும் மணலிடையே படுத்திருந்து, இரவில் தென்னை மரங்களிடையே பதுங்கிச் சென்று சங்குப்பிட்டியில் படகேறியது ஒரு சாகசத்திற்கு நிகர்த்தது.

இப்படித்தான் இயக்கமும் இராணுவமும் இரண்டு பக்க எல்லைக்குள் நிற்க என்னைக் கள்ளமாய்க் கூட்டிக் கொண்டுவந்தவர் சட்டென்று *no man zone* எனப்படும் சூனியப்பிரதேசத்தில், ஒரு குறுக்குப் பாதையால் ஏற்றிவிட்டார். அத்தோடு தன் காரியம் முடிந்துவிட்டதென அவர் திரும்பியும் போய்விட்டார். அதன்பிறகு எவரும் துணை வராத தனியனாக நான் சூனியவெளியில் கைவிடப்பட்டிருந்தேன்.

இந்தப் பாதையால் கொஞ்ச நேரத்தில் சனம் நடந்துவரும், அவர்களோடு இரண்டறக் கலப்பதில்தான் அடுத்த கட்டப்பயணத்தின் விதி இருக்கிறது, கவனம் என இரண்டு முறை அவர் எச்சரித்துவிட்டுச் சென்றிருந்தார்.

கொஞ்ச நேரத்தில் சனம் ஒருமுனையில் இருந்து குபுகுபுவென நடந்து வரத் தொடங்கியது. எல்லோருக்கும் இந்த சூனியவெளியை உடனே தாண்டிவிடவேண்டும் என்கின்ற பதற்றம். அனைவரும் ஓட்டமும் நடையுமாய், கொஞ்சம் விட்டால் பறவைகள் போல பறந்துவிடுவார்கள் போல கால்கள் நிலத்தில் பாவாதது போல வந்து கொண்டிருந்தனர்.

இந்தச் சூனியப் பகுதியில் எதுவும் நடக்கலாம். இயக்கமோ இராணுவமோ ஒரு தோட்டாவைச் சும்மா வீணாக்கினாலே போதும். நடுவில் இருக்கும் எவரினது உயிருக்கும் உத்தரவாதமிருக்காது. நேரத்தை வீணாக்காது நான் வந்துகொண்டிருந்த சனத்துக்குள் ஒருவராய், பதுங்கியிருந்த பற்றைக்குள் இருந்து வெளியே வந்து கலந்தேன்.

இராணுவம் பற்றி எத்தனையோ கதைகளைக் கேள்விப்பட்டிருந்தேன். ஆனால் முதன்முறையாக நேரில் இராணுவத்தைச் சந்திக்கப் போகின்றேன் என்றால் எவ்வளவு பதற்றமாய் இருக்கும். பேய்களை விட ஆர்மியே அதிகம் பயமுறுத்திய காலத்துத் தலைமுறைச் சிறுவர்கள் நாம். முகமெல்லாம் வியர்த்து மயக்கம் வருவது போன்று எனக்குத் தலைசுற்றத் தொடங்கியது. ஆர்மியை நோக்கி நடக்க நடக்க என்னை யாரோ கயிறு கட்டிப் பின்பக்கம் இழுப்பது போன்ற உணர்வு.

அத்தோடு ஆர்மி, என்னை இயக்கம் என்று சந்தேகித்து உள்ளே பூஸாவுக்குள் பிடித்துப் போட்டுவிடும் என்ற பயத்தை விட, திருப்பி அனுப்பினால் இயக்கத்திடம் இப்படிக் கள்ளத்தனமாய் பாஸ் எடுக்காது வந்ததற்கு என்ன தண்டனை கிடைக்குமோ என்ற அச்சமும் இன்னொரு பக்கம் ஓடியது.

இன்று அத்தகைய பயம் எதுவுமே இல்லை. எல்லாவற்றையும் புலம்பெயர் வாழ்வு துடைத்தழித்து விட்டிற்று. ஆயினும் ஒவ்வொரு நாட்டின் எல்லையையும் தரையாலோ அல்லது விமானத்தாலோ கடக்கும்போது எங்கிருந்தோ இவ்வகையான பதற்றம் எனக்குள் பரவத்தான் செய்கிறது. இந்த நினைவுகளையெல்லாம், மழைநீரில்

நனைந்த நாய் உடலை உதறுவதைப் போல உதறிவிட்டு அவளின் கையை ஆறுதலுக்காய்ப் பிடித்தேன். வரிசையில் கடைசியில் நின்று விசா வாங்கிப் போன எங்களுக்காய், கம்போடியாவின் எல்லையில் நாங்கள் வந்த பஸ் காத்துக்கொண்டிருந்தது.

கம்போடியாவில் பதிவு செய்த ஹொட்டலில் விசேடமாக நீச்சல் குளமிருந்தது. நீண்ட நெடும்பயணத்தில் வந்த எமக்கு, வெளியில் எரித்த வெயில், நீச்சல் குளத்திற்குள் அப்படியே மிதக்க வா என அழைத்தது. இதைவிட அதிசயமாக அவள் நீச்சலுடைக்கு நிகராக நம்மவர் பொதுவாக அணியும் *t-shirts*ம் *shorts*மாய் வந்திறங்கினாள். எனக்கு பயணத்தின் அலுப்பு, எல்லை கடக்கும்போது வந்த எரிச்சல் எல்லாம் இப்போது மறந்து போய்விட்டிருந்தது. அவளின் பின்பக்கம் வசீகரமாய் இருக்கிறதெனச் சொல்வதற்கு வார்த்தைகள் திமிறி வந்தன. சிலவேளை அவள் உண்மையிலே முன்னாள் இயக்கக்காரியாக இருந்தால், இப்படிச் சொன்னால் என்ன நினைப்பாளோ என்ற சங்கடத்தில் அந்தச் சொற்களை எனக்குள் விழுங்கிக்கொண்டேன்.

அன்றிரவு அசலான கம்போடியா உணவைச் சாப்பிட்டோம். சாப்பிட்டுக் கொண்டிருந்தபோது மீன்கள் நமது கால்களை மஸாஜ் செய்யும் இடம் எதிர்ப்புறமிருந்ததை அவள் கண்டுவிட்டாள். அங்கே போவாமா எனக் கேட்டாள். மீன்களின் மஸாஜோடு, பியரும், *wi-fi*யும் இலவசமென்று பெரிய எழுத்தில் எழுதி விளம்பரப்படுத்தியிருந்தார்கள். நாங்கள் நான்கைந்து அங்கோர் பியர்களை முடித்துவிட்டு, பிரசித்திபெற்ற *pub street* இற்குப் போனோம். அங்கே ஓரிடத்தில் அப்ஸராக்களின் நடனம் நிகழ்ந்து கொண்டிருந்தது.

அப்ஸரா நடனம் என்பது கம்போடிய மக்களின் ஒரு பராம்பரிய நடனம். எழுபதுகளில் பொல்பொட் தலைமையிலான கம்போடிய அரசு மாபெரும் இனவழிப்பைத் தம் சொந்த மக்கள் மீது கட்டவிழ்க்கத் தொடங்கியபோது அப்ஸரா நடனமும், பிற பல கலாசார அடையாளங்களைப் போல அழிவு நிலைக்குப் போயிருக்கின்றது. அண்மைக் காலங்களில்தான் அப்ஸரா நடனங்கள் மீண்டும் கம்போடியாவில் அரங்கேற்றப்பட்டு வருகின்றன. முக்கியமாய் அங்கோர் கோயில்கள் இருக்கும் பிரதேசங்கள் இதற்கென பிரசித்தமான இடங்களாய் இருக்கின்றன. அப்ஸரா நடனம் என்பது மிக மெதுவான அசைவுகளால் ஆனது.

'வண்டுகளின் பறத்தலே போதும், பெண்களின் இடைகள் அசைவதற்கு' என நளவெண்பா சித்தரிப்பதைப்போல மிக மென்மையான நடவுகளால், காற்றுத்தான் அசைக்கின்றதோ என்று தோன்றும்படியாக கம்போடிய நடன மங்கைகள் கைகளையும் தலையையும் அசைத்துக் கொண்டிருந்தார்கள். நாங்கள் பார்த்த நடனங்களுக்கு அப்ஸரா நடனம் என்று பெயரிட்டாலும், அது மட்டுமின்றி மீனவ நடனம், உழவர் நடனம், மயில் நடனம் எனப் பல்வேறு கிராமிய நடனங்கள் அதில் கலந்திருந்தன.

சற்றுச் சோகத்துடன் ஆடிய மயில் நடனத்தை பார்த்தபோது என்னையறியாமலே சிரிப்பு வந்தது. அதை விநோதமாய் பார்த்த அவள் என்ன காரணம் எனக்கேட்டாள். இந்தியாவில் நீதிபதியோ அல்லது யாரோ, மயில்கள் தமது இனத்தைக் கண்ணீர் விடுவதன் மூலம் பெருக்குகின்றன எனச் சொன்னதை அவளோடு பகிர, அவளும் இருக்கும் சூழலை மறந்து சிரித்தாள். இனி உன்னோடு இருக்கும்போது நானும் கண்ணீரை ஒருபோதும் சிந்தக்கூடாது. மயில்கள் போல எனக்கும் ஏதாவது 'அசம்பாவிதம்' நடந்துவிடும் எனப் பொங்கிவரும் சிரிப்பை அடக்கிக்கொண்டு விழிகளை உருட்டிச் சொன்னாள். அவளின் அந்த முகவசீகரத்தில் கிறங்கிய எனக்கு, இவளை நேசிக்கலாமோ என்று ஒரு விருப்பு முதன்முதலாக அரும்பத் தொடங்கியிருந்தது.

அநேகமான கிராமிய நடனங்களின் பேசுபொருளாய் காதல் இருந்தது. ஆணின் காதல் செய்கைகளால் பெண் கோபம் கொண்டாலும் உள்ளூர அவனின் செய்கைகளை இரசித்தபடி, அவனுக்கான காதலை வளர்த்துக்கொண்டு இருப்பவளாகவும், அதனூடாக நவரசங்களைக் காட்டி தன்னை வெளிப்படுத்துபவளாகவும் இருந்தாள்.

அப்ஸராக்களின் நினைவுகளோடு விடுதிக்கு வந்து நன்றாக உறங்கிவிட்டிருந்தோம். விடிகாலையில் அங்கோர்வாட் கோயிலில் சூரிய உதயம் பார்ப்பதற்காய் நாங்கள் ஒழுங்கு செய்திருந்த ஓட்டோக்காரர் வந்து கதவைத் தட்டத்தான் அரக்கப்பரக்க நாங்கள் எழும்பியிருந்தோம்

சூரிய விடியலைக் கோயிலின் பின்னணியில் தவறவிடக்கூடாது என்பதலோ என்னவோ அவள் பத்து நிமிடங்களுக்குள் தயாராகி விட்டிருந்தாள். இப்படித் தயாரானதைப் பார்த்தபோது,

உண்மையில் இவள் இயக்கத்தில் இருந்திருப்பாளோ என்ற சந்தேகமும் எனக்குள் எட்டிப் பார்த்தது.

நான் ஆறுதலாகத் தயாரானது அவளுக்கு எரிச்சலைத் தந்திருக்கவேண்டும். நீயெல்லாம் இயக்கத்துக்குப் போகாதது நல்லதென்றாள். நான் ஒன்றும் இதற்குப் பதில் சொல்லாது இருந்திருக்கலாம், ஆனால் விதி யாரை விட்டது. 'இயக்கத்துப் போகவில்லைத்தான். ஆனால் ஒருவரையும் இதுவரை மண்டையில் போட்டதில்லை' என்றேன். அவளுக்கு அப்படிச் சொன்னது காயப்படுத்தியிருக்க வேண்டும். 'உன் கையில் கறை இல்லை என்பதற்காய் நீ மற்றவர்களை இப்படிக் காயப்படுத்த முடியாது' என்று சொல்லிவிட்டு முகத்தை வேறு பக்கம் திருப்பினாள்.

அப்படியாயின் இவள் இயக்கக்காரிதானோ?

நான் சொன்னதன் அபத்தம் எனக்கு உறைக்க, என்னை மன்னித்துவிடு என்றேன். அவள் அதைக் கேட்காததுமாதிரி ஓட்டோ நிற்கும் இடத்தை நோக்கி நடக்கத் தொடங்கியிருந்தாள்.

27

அங்கோர் கோயிலை விடிகாலைச் சூரியனோடு பார்ப்பது ஓர் அற்புதமான அனுபவம். அங்கோர்வாட் என்ற முக்கிய கோயிலின் பெயர்தான் வெளியில் பிரபல்யம் வாய்ந்தது என்றாலும் அந்தப் பிரதேசத்தில் வேறு நிறைய ஆலயங்களும் இருக்கின்றன. அநேகமான கோயில்களில் தெளிவாகவே சமய அடையாளங்கள் தெரியும். அங்கோர்வாட்டின் உட்சுவர்களில் நீளத்திற்கு விரியும் கற்சிற்பங்களில் அசுரர்களும் தேவர்களும் பாம்பை வைத்து பாற்கடலைக் கடைவதையும் எளிதாகக் கண்டுகொள்ளலாம். அதுபோலவே பாரதப்போரை நினைவுபடுத்தும் சிற்பங்களும் நிறைய இருக்கின்றன. மிக நுட்பமாக யானை, குதிரை, அவற்றில் ஆரோகணிக்கும் போர்வீரர்கள் என இங்கே செதுக்கப்பட்டிருக்கின்றன.

இவ்வாறு அருகிலிருக்கும் இன்னொரு கோயிலுக்குப் போனால் அங்கே நிறைய நந்திச் சிற்பங்கள் சிதைவடைந்து கேட்பாரற்று வெளியே கிடந்தன. சிக்கல் என்னவென்றால் இப்போது இந்தக் கோயில்கள் அனைத்திலும் புத்தர் சிலைகள் 'பிரதிஷ்டை' செய்யப்பட்டு புத்த மடாலயங்களாக மாற்றி விட்டிருக்கின்றனர். ஏன் வரலாற்றை உள்ளது போலவே -புத்தர் சிலைகளைத் தவிர்த்து- இப்போதும் வைத்திருக்கலாமே என அங்கிருந்த ஒரு சுற்றுலா வழிகாட்டியிடம் கேட்டபோது, கிட்டத்தட்ட தொண்ணூறு வீத மக்கள் பவுத்தர்களாக தற்சமயம் நாட்டிற்குள் இருக்கும்போது இது இயல்பென அவர் சொன்னார். இப்படித்தான் இலங்கையில் பொலநறுவையில் சோழர்களின் வரலாற்று அடையாளங்கள் மறைக்கப்பட்டு, நந்திகள் தலையற்று அநாதரவாய் இடமின்றி அலைய, இப்போது ஒரு சிவன் ஆலயம் மட்டும் மிச்சமிருப்பது எனக்கு நினைவுக்கு வந்தது. அவரவர்க்கு அவரவர் நியாயம். அதிகாரத்தில் இருப்பவர்க்கும் வரலாற்றின் மீது அதிக வாஞ்சை

இருப்பதால், வரலாற்றைத் தமக்கு ஏற்றவாறு புனைந்து கொள்கின்றனர்.

எங்கள் இருவரையும் ஒருசேர பரவசப்படுத்தியது எதுவெனில் பாயோன் எனப்படும் மிகுந்த தத்ரூபமான சிற்ப வேலைப்பாடுகளுடைய கோயில். புத்தர், சிவன், விஷ்ணு, பிரமா, அப்ஸராக்கள் மட்டுமில்லாது இராவணன் என பல்வேறு சிற்பங்கள் நிறைந்த கோயிலது. இந்த இடத்தில், தேரவாத புத்தம், இந்து சமயம், மகாயான புத்தம் என காலத்துக்காலம் பல்வேறு சமயங்கள் செல்வாக்கு செலுத்தி, இந்தக் கோயில் மீது அவை பாதிப்பைச் செய்திருக்கின்றன. இதன் கோபுரங்களில் இருக்கும் முகங்கள் புத்தருடையதா அல்லது மும்மூர்த்திகளினதா என கூர்ந்து அவதானிப்பது இன்னும் சுவாரசியம் தரக்கூடியது.

அங்கோர்வாட் போலவோ அல்லது பாயோன் போலவோ நிறைய சுற்றுலாப்பயணிகளால் நிறைந்திருக்காது, மிக அமைதியாக இருந்த கோயில் தொம்மனான். சூரியவர்மனால் அவனது ஆட்சியின் நடுப்பகுதியில் கட்டப்பட்ட இக்கோயிலில் செதுக்கப்பட்ட கடவுள் உருவங்கள் இன்னமும் அவ்வளவு சிதைவடைந்துவிடாது இருக்கின்றன. இந்தச் சிற்பங்களிலிருக்கும் பெண் தெய்வங்கள் கம்போடியா பெண்கள் அணியும் மரபான ஆடைகளையும், மார்புகளை ஆபரணங்களாலும் மறைத்திருந்தனர். தலையில் இருந்த பூக்களாலான கிரீடங்கள் வேறோர் அழகை அவர்களுக்குக் கொடுத்திருந்தது

அருகிலிருந்த இவளையும் இப்படியான அலங்காரங்களுடன் கற்பனை செய்து பார்த்தேன். ‘நாளை உனக்கு கம்போடியாக் கலாசார ஆபரணங்களை வாங்கித் தருகின்றேன், அதை அணிந்தபடி நீ வெளியில் சுற்றலாம்’ என அவளுக்குச் சொல்லவும் செய்தேன். ‘அணிவதில் பிரச்சினையில்லை, அவர்கள் மார்புக்கச்சை இல்லாது இருப்பதுபோல நான் வெளியில் வரவேண்டியிருக்கும் உனக்குப் பிரச்சினை இல்லையா’ என்றாள் குறும்போடு. ‘பாஞ்சாலியைத் துயில் உரியும்போது வந்து அபயங்கொடுத்த கிருஷ்ணன் போல நானிருக்கும்போது, நீ அதைப் பற்றிக் கவலைப்படத் தேவையில்லை’ என்றேன். ‘ஏற்கனவே இந்தக் கிருஷ்ணனின் தந்திரத்தால்தான் ஒரு குருஷேத்திரப் போர் நடந்து, அதன் அழிவுகளை எச்சங்களாக இங்கும் பார்த்துக்கொண்டு இருக்கின்றோம். இனியொரு அழிவை இந்த உபகண்டம் தாங்காது’ எனச் சொல்லி ஏதேதோ நினைவுகளில் அமிழ்ந்தாள்.

பின்னர் அமைதியைக் கலைத்து, 'ஆண்களுக்கு போர் ஒரு விளையாட்டு, அது ஆண்மையையும் அதிகாரத்தையும் காட்டுவதற்கான சாகசத்திடல். பெண்களுக்கு அப்படியில்லை. நாங்கள் எப்போதும் எதையாவது உருவாக்கிக் கொண்டிருப்பவர்கள், ஒன்றையும் அழிக்க விரும்புவதில்லை' என நாங்கள் கதைத்துக் கொண்டிருந்ததற்கு தொடர்பில்லாத மாதிரி முகத்தைத் தீவிரமாக்கியபடி சொன்னாள்.

ஓரிடத்தில் பனம் நுங்கு வெட்டி நீரில் கரைத்துத் தந்தார்கள். அந்த வெயிலுக்கு அவ்வளவு இனிமையாக இருந்தது. நான் இவ்வாறு ஒவ்வோர் அங்கோர் கோயில்களையும் உற்சாகத்துடன் இரசித்துக் கொண்டாலும், இவள் அத்தகைய மனோநிலையில் அவ்வளவாய் இருக்கவில்லை என்பதும் புரிந்தது. ஏன் என்று கேட்டபோது, 'இல்லை பட்டாயாவிலிருக்கும் சொந்தக்காரரைப் பார்க்காது, திரும்பிப் போய்விடுவேனோ எனப் பயமாயிருக்கிறது' என்றாள். 'அவர் அவ்வளவு முக்கியமானவரா?' என நான் கேட்டேன். 'அவர் எனது மாமா' என்றாள். 'சரி பதட்டப்படாதிரு. தாய்லாந்திற்குத் திரும்பவும் போனதும் நிச்சயமாக அவரைச் சந்திக்கலாம்' என அவளை ஆறுதற்படுத்தினேன்.

கம்போடியாவில் நின்றபோது, அசலான கம்போடியாக் கிராமங்களைப் பார்க்கவேண்டும் என்ற ஆசை எங்களுக்கு வந்திருந்தது. ஏற்கனவே அங்கோர் கோயில்களைச் சுற்றிக் காட்டிய ஓட்டோ நண்பரிடம், முற்றுமுழுதாக சுற்றுலாப் பயணிகள் செல்லாத கிராமப்புறங்களுக்கு அழைத்துச் செல்லுங்கள் எனக் கேட்டிருந்தேன். கம்போடியாவில் அநேகமான ஓட்டோக்கள் வழமையான ஓட்டோக்கள் போலிருப்பதில்லை. கையால் இழுக்கும் பழங்காலத்தைய ரிக்ஷாக்களை போல இருக்கும் பின்புறத்தை, மோட்டார்சைக்கிளில் வைத்து இழுத்துச் செல்வதற்கேற்ப ஓட்டோக்களை வடிவமைத்து இருப்பார்கள். சவாரி செய்யாதபோது, அதன் பின்புறத்தைக் கழற்றி வைத்துவிட்டு, மோட்டார் சைக்கிளாக தமது சொந்தப் பயணங்களுக்கு அவற்றைக் கம்போடியா மக்கள் பயன்படுத்துவார்கள்.

அடுத்தநாள் காலை பசுமையான ஊர்களைப் பார்க்கும் பொருட்டு புறப்பட்டபோது ஓட்டோக்காரர் - வழமையான சுற்றுலாப் பயணிகளின் தாக்கத்தாலோ என்னவோ - முதலைப் பண்ணைக்குப் போவோமா, மிதக்கும் சந்தைக்குப்

போகலாமோ என அவற்றையெல்லாம் கடக்கும் போதெல்லாம் கேட்டுக்கொண்டிருந்தார். இல்லை, இதையல்ல நாங்கள் எதிர்பார்ப்பது என்று இவ்வாறான இடங்களைத் தவிர்த்தபடி தொடர்ந்து அசலான ஊர்களின் அழகைப் பார்ப்பதற்காகப் போய்க் கொண்டிருந்தோம்.

தாமரைக் குளங்களை பூக்களுக்காகவும், அதன் கிழங்கிற்காகவும் வளர்க்கின்றார்கள். ஓட்டோக்கார நண்பரே அங்கே விற்றுக்கொண்டிருந்த தாமரைக் கிழங்குகளை வாங்கித்தந்து எப்படி உடைத்துச் சாப்பிடுவது என்றும் சொல்லித் தந்தார். முதன்முதலாக கம்போடியாவில்தான் தாமரைக் கிழங்கைச் சாப்பிட்டுப் பார்த்தேன் என்பது சற்று அவமானமான விடயம். இந்தத் தாமரைத் தோட்டங்களிடையே சிறுகுடில்களைக் கட்டியிருந்தார்கள். காற்று நம் கேசங்களை வருடிச் செல்ல, தூரத்தில் தெரியும் பனைமரங்களை இரசித்தபடி தேநீரும் சிற்றுண்டிகளையும் சாப்பிட்டுவிட்டு தொடர்ந்து பயணிக்கத் தொடங்கினோம்.

தோட்டங்கள், மாடுகள், எருமைகள், தார் பாவாத புழுதி ஒழுங்கைகளென எல்லாவற்றையும் பார்க்கும்படியாகவும் இறங்கி நின்று இரசிக்கும்படியாகவும் ஓட்டோ நின்று நின்று நகர்ந்தபடி இருந்தது. நாங்கள் நெல் பயிரிடும் மலைப் பிரதேசங்களைப் பார்க்க ஆசைப்பட்டிருந்தோம். இப்போது அது பொலிந்து குலுங்குவதற்கான காலம் இல்லை என்றனர். இன்னும் ஆழமாய்க் கிராமங்களுக்குள் சென்று நிறையப் பொழுதைக் கழிக்கவில்லை என்பதில் கொஞ்சம் கவலை இருந்தது. எப்போதும் சிலவற்றைப் பார்க்கமுடியாது விடும்போதே இன்னொருமுறை பயணிப்பதற்கான காரணங்கள் வந்துவிடுகின்றன என்று என்னைப் பிறகு ஆறுதற்படுத்திக்கொண்டேன்.

28

தாய்லாந்திற்குத் திரும்பிப் போனபோது, முதலில் நின்ற பாங்கொங்கிற்குப் போகாது, நேராகவே கடற்கரை நகரான பட்டாயாவிற்கு நானும் அவளும் போனோம். எப்படியென்றாலும் அவளுக்காய் அவளின் மாமனாரைத் தேடிக் கண்டுபிடிப்பதென்பதில் நானும் உறுதியாக இருந்தேன்.

ஒருநாள், 'நான் ஏன் இயக்கத்திற்குப் போனேன் என்று சொல்லு பார்ப்போம்?' என்று எழுந்தமானமாய் கேட்டாள்.

'வேறென்ன காரணமாய் இருக்கப்போகின்றது. எங்கள் எல்லோருக்கும் தமிழீழம் வாங்கித்தரத்தான் நீ போயிருப்பாய்' என்றேன்.

'அது ஒரு காரணம் என்றாலும், போனதற்கு முக்கியமான விடயம் வேறொன்றும் இருந்தது'

'வேறா.., எனக்குப் புதினமாக இருக்கிறது. சொல்லு என்ன காரணம்' என்றேன்.

'எனது இந்த மாமாவினால்தான் இயக்கத்திற்குச் சென்றேன். அவர் அப்போதே இயக்கத்தில் ஒரு முக்கிய பொறுப்பில் இருந்தார்' என்றாள்.

இவள்தான் இயக்கக்காரி என்றால், இவள் முழுக் குடும்பத்தையுமே இயக்கம் தத்தெடுத்திருக்கின்றதோ என நினைத்தபோது, நான் கொஞ்சம் எனக்குள் ஆடித்தான் போனேன்.

நாங்கள் திரும்பி இந்தியாவிற்குப் புறப்படுவதற்கு முதல் நாளன்று அவளின் மாமனார் இருக்குமிடத்தைக் கண்டுபிடித்திருந்தோம். அவருக்குத் தாய்லாந்தில் தங்கி நிற்க உரிய ஆவணம் இல்லையாததால் ஒளிந்தே இருந்திருக்கின்றார். அவர் வேலை

செய்யும் ஒரு உணவகத்தின் அருகிலிருக்கும் வீட்டிலேயே தங்கியுமிருந்தார். தாய்லாந்துப் பொலிஸ் கெடுபிடிகளால் வெளியே அதிகம் போவதில்லை, எவரோடும் அதிகம் தொடர்பில் இருப்பவருமில்லை என்பதையும் பின்னர் அறிந்தோம்.

29

நாங்கள் இருவரும் அவளது மாமாவின் அறைக்குச் சென்றபோது, அவரது முகம் விருந்தினர்களை வரவேற்பதைப் போல உற்சாகமாய் இருக்காதது எனக்குச் சற்று வியப்பாயிருந்தது. எத்தனையோ ஆண்டுகளுக்கு பிறகு மருமகளைச் சந்திக்கின்றார், அதற்கான எந்த மகிழ்ச்சியிற்கான தடயங்களும் அதில் தெரியவில்லை. இவளைத் திரும்பிப் பார்த்தபோது வழமையாக பிரகாசமாக இருக்கும் முகத்தை இவளும் தொலைத்திருப்பது போலத் தோன்றியது. எத்தனையோ துயரமானதும் கசப்பானதுமான கடந்தகால அனுபவங்கள் மனதில் அலைகளாய் எழும்ப, சிலவேளை இப்படித்தான் முன்னாள் இயக்கக்காரர்கள் சந்தித்துக் கொள்வார்களாக்கும் என நானென்னை ஆறுதற்படுத்திக் கொண்டேன்.

அவளின் மாமனாருக்கு வயது நாற்பதுகளின் இறுதியென அவள் சொல்லியிருந்தாலும், அவரைப் பார்க்கும்போது அறுபதை நெருங்கிக்கொண்டிருப்பவர் போல உருக்குலைந்தும், அவ்வளவு மெலிந்தும் இருந்தார். போர் எங்களை உலகின் எங்கெங்கோ தூக்கியெறிந்தது மட்டுமில்லாது, எல்லோரையும் அவரவர் வயதை விட இன்னும் வயசாளிகள் ஆக்கிவிட்டது போலவும் தோன்றியது.

மாமா இன்னும் அவளைக் கண்ட அதிர்ச்சியிலே இருந்தார். அவரின் இந்த முகவரியைக் கூட தன் மாமாவினுடாகப் பெறவில்லை. வேறு யாரோ ஒருவரால்தான் முகவரி கிடைத்ததென அவள் சொல்லியிருந்தாள். சிலவேளை அப்படி சட்டென்று அவளைக் கண்டதால் அவருக்கு வந்த அதிர்ச்சியாகத்தான் இது இருக்கிறதோ என நான் நினைத்துக்கொண்டேன்.

அவ்வளவு பேசாது ஒருவரையொருவர் பார்த்துக்கொண்டிருந்த மாமனாரையும், மருமகளையும் நான் பார்த்துக்கொண்டிருந்தேன்.

‘நீ கொஞ்ச நேரம் வெளியே போய் நிற்கமுடியுமா? எனக்கு மாமாவோடு சிலவற்றை அந்தரங்கமாய்ப் பேசவேண்டும்’ எனச் சொன்னாள். நான் அவளின் கட்டளைக்குக் கீழ்படிந்து வெளியே போகும்போது ‘கதவையும் சாத்திவிட்டுப் போ’ என்றாள்.

நான் அவர்கள் கதைப்பது கேட்காத தூரத்திற்குப் போய் நின்று, தெருவை வேடிக்கை பார்க்கத் தொடங்கினேன். பதினைந்து, இருபது நிமிடங்கள் ஆகியிருக்கும். கதவைத் திறந்து ‘உள்ளே வா’ என்று என்னைப் பார்த்து பதற்றமான குரலில் அவள் கத்தி அழைத்தாள்.

உள்ளே போனபோது நான் கண்டகாட்சி எனக்கு அவ்வளவு அதிர்ச்சியாக இருந்தது. அவளின் மாமா, வாயிலிருந்து இரத்தம் சொட்டியபடி கதிரையிலிருந்து விழுந்து நிலத்தில் கிடந்தார். கதிரையின் ஒரு கால் கூட முறிந்திருந்தது. அவரின் கையிலும் ஆழமாய்க் கீறிய காயம் இருந்தது. நிச்சயம் கத்தியால்தான் அந்தக் காயம் வந்திருக்கவேண்டும். குற்றுயிராய்க் கிடந்த மாமாவைப் பார்க்கும்போது, ஒருவர் சாவதற்குக் கடைசிக் கணத்தில் இருப்பதுபோல எனக்கு ஏதோவேதோவெல்லாம் தோன்றித் தலை சுற்றத்தொடங்கியது.

‘என்னாச்சு. என்னத்தை அவருக்குச் செய்தனி?’ என்று நடுங்கும் குரலில் அவளைப் பார்த்துக் கேட்டேன்.

‘நான் இயக்கத்திற்குப் போனதற்கு முக்கிய காரணம் இவர் என்று சொன்னேன் அல்லவா?’

‘ஓம். தமிழீழத்தை விட இந்த மாமாதான் இயக்கத்திற்கு நீ போனதற்கு முக்கிய காரணம் என்றனி.’

‘ஏன் என்று தெரியுமா? இந்த மாமா நான் சிறுமியாக இருக்கும்போது என்னுடைய உடம்பு மேலே அத்துமீறியவர். ஒரு சின்னப்பிள்ளைக்கு எதையெல்லாம் செய்யக்கூடாதோ அதையெல்லாம் என்னில் செய்து பார்க்க முயன்றவர். நான் இயக்கத்துக்குப் போனதே, இனி நான் துவக்கு வைத்திருந்தால் என்னில் இவரல்ல, எவரும் அத்துமீறமாட்டார்கள் என்ற ஒரேயொரு காரணத்திற்காகவே’ என்றாள்.

எனக்கு இதையெல்லாம் அவ்வளவு எளிதாய் நம்ப முடியாதிருந்தது. இப்படியெல்லாம் நடந்திருந்தால் இயக்கம் இந்த மாமாவை மண்டையில் போடாது சும்மா விட்டிருக்குமா

என்பதிலும் குழப்பமாக இருந்தது. ஆனால் இவ்வளவு மூர்க்கமாய் இருப்பவளுக்கு இந்த மாமா ஏதோ செய்திருக்க வேண்டும் என்பதிலும் எனக்கு எந்தச் சந்தேகமும் இருக்கவில்லை.

யுத்தம் எவரை எப்போது காவு எடுத்துவிடும் என்ற அவலமான காலத்தில், உயிரைக் காத்துக்கொள்ளவேண்டும் என்பதே எல்லாவற்றையும் விட முக்கியமாக இருந்திருக்கும். இந்தப் பதற்றத்தில், மற்ற எத்தனையோ விடயங்கள் மறக்கப்பட்டும் மறைக்கப்பட்டும் விடுவதும் இயல்பாக அன்றைய காலங்களில் இருந்தது. நம்மால் செரித்துக் கொள்ள முடியாத விடயங்களாக இருந்தாலும், ஒருவர் எனக்கு நடந்தது இதுதானென உண்மையைப் பேசும்போது அவர்களுக்காய் ஒரு துளிக்கண்ணீர் விட நம்மால் முடியாது விட்டாலும், அவர்கள் பேசுவதைக் கேட்க நம் காதுகளை இரவல் கொடுக்காவிட்டால் நாம் எப்படி மானுடர்களை நேசிக்கமுடியும்?

வழமையெனில் அரசியல் பேசும்போது, எனக்குள் மறுத்தும் எதிர்த்தும் பேச நிறைய விடயங்கள் கொப்பளித்துக் கொண்டிருக்கும். இப்போது அவள் பேசுவதை எதையும் குழப்பாது கேட்பதே அவளின் உணர்வுகளுக்கும், மனவடுக்களுக்கும் கொடுக்கும் மிகப்பெரும் மரியாதையாக இருக்குமென அமைதியாக அவள் சொல்வதைக் கேட்கத் தொடங்கினேன்.

'எனக்குள் இருக்கும் கோபத்திற்கு இவரைக் கொல்லாமல் போகக்கூடாது என்றுதான் வந்திருந்தேன்' என அவள் சொன்னபோதுதான் அவள் கையிலிருந்த 'சுவிஸ்' கத்தியைப் பார்த்தேன். இவள் நிச்சயமாக இயக்கத்தில் இருந்திருக்கத்தான் வேண்டும். இவளோடு சுற்றித்திரிந்த இவ்வளவு நாட்களும் இப்படியொரு கூர்மையான சிறுகத்தியைக் கூடவே வைத்திருந்தாள் என்பதை நான் கவனிக்கவே இல்லை. அந்தளவிற்கு கவனமாக ஒளித்து வைத்து இருந்திருக்கின்றாள்.

இவளுக்கும் இவள் மாமாவிற்கும் இடையில் மாட்டுப்பட்ட எனக்கு தொடர்ந்து என்ன சொல்வதென்றும் தெரியவில்லை.

'இனி இவரின் முகத்தில் என்றென்றைக்கும் முழிக்கக்கூடாது. சரி, வா போவோம்' என்றபடி நடக்கத் தொடங்கினாள். எனக்கு என்ன நடக்கிறதென்று சுதாரிக்கவே நிறைய நேரமெடுத்தது. நான் அவளின் பின்னால் ஓடத் தொடங்கினேன்.

தெருவின் மறுகரையில் எனக்காய்க் காத்திருந்தவள், 'என்ன இருந்தாலும் அவரை இப்படி அடித்திருக்கக் கூடாது' என்றாள்

'சரி விடு. இவ்வளவு நாளும் உனக்குள் அடக்கி வைத்திருந்த கோபத்தைத்தானே நீ காட்டினாய்.'

'என் பதின்மத்தைச் சிதைத்த இவரைக் கொன்றால்தான் எனக்கு நிம்மதி வரும் போல அவ்வளவு வன்மத்தோடு இருந்தேன். தாய்லாந்திற்கு வந்து இடங்களைப் பார்ப்பது, உன்னோடு சுற்றுவது என்பவற்றை விட, இதுமட்டுமே எனக்கு முக்கியமாய் இருந்தது. ஆனால் அவருக்கு...'

'அவருக்கு என்ன...'

நான் கேட்டதுந்தான் தாமதம் அவள் சட்டென்று அழத் தொடங்கினாள்.

இவ்வளவு உறுதியாய் இந்தளவு நேரமும் நின்றவள் ஒருகணத்தில் நிலைகுலைந்துபோனது எனக்குக் கஷ்டமாய் இருந்தது. அவளை என் நெஞ்சோடு இறுக்கி அணைத்து, முதுகில் ஆறுதலாய் வருடிக்கொடுத்தேன். என் ரீசேர்ட்டில் அவளது கண்ணீர் வழிந்து ஈரமாகிக் கொண்டிருந்தது.

'என்னதான் எனக்கு கொடுமை செய்திருந்தாலும் மாமாவிற்கு இப்படி ஒரு நிலை வந்திருக்கக்கூடாது.'

'என்ன நடந்தது அவருக்கு?' அவளின் முகத்தை நிமிர்த்தி நான் கேட்டேன்.

'அவருக்கு ஏதோ கடும் நோயாம். இறுதி யுத்தம் முடிந்த பின், தடுப்புமுகாமில் விசாரணைக்கென்று அழைத்துச் சென்ற ஆர்மி போட்ட ஊசிதான் காரணம் என்று சொல்கிறார். இப்ப வருத்தம் முற்றி, இன்னும் கொஞ்சக் காலந்தான் அவர் வாழ முடியுமாம்.'

30

அவளின் மாமாவிற்கு பிறகு என்ன நடந்தது என்றறியாமலே நாங்கள் பாங்காக்கிற்குப் போய் சுவர்ணபூமி விமான நிலையத்திலிருந்து விமானம் ஏறினோம். நான் சென்னையிற்கு வரவும், அவள் அப்படியே நேரடியாக விமானம் ஏறி அவள் இருக்கும் நாட்டுக்குச் செல்லப் போகின்றாள் எனவும் சொன்னாள். என்னோடு இவ்வளவு நாள்களும் கூடவே கழித்திருந்தபோதும் எந்த நாட்டிலிருந்து தான் வந்தேன் என்பதை அவள் தெளிவாகச் சொல்லவில்லை. நான் இதைக் கேட்கும் ஒவ்வொரு முறையும் வெவ்வேறு நாடுகளின் பெயர்களைச் சொல்லி விளையாடிக் கொண்டிருந்தாள். இலங்கை பாஸ்போர்ட்டை இன்னமும் வைத்திருந்ததை மட்டும் அவதானித்திருந்தேன். அநேகமாய் ஏதேனும் கிழக்கு ஐரோப்பிய நாடொன்றில்தான் அவள் வசித்துக் கொண்டிருப்பதாய் நான் கற்பனை செய்துகொண்டேன். அங்கேதான் படிப்பதற்காகவும், வேலை செய்வதற்காகவும் இலங்கையிலிருந்து நிறையப் பேர் விஸா எடுத்து அந்தக்காலத்தில் போய்க்கொண்டிருந்தனர். மேலும் அங்கு போனபின் எல்லைகளைக் கடந்து மேற்கு ஐரோப்பாவுக்கும், கனடாவுக்கும் செல்வதும் நடந்து கொண்டிருந்தது.

நான் சென்னை போய் சில நாட்கள் அங்கே சுற்றித் திரிந்த பின் கனடாவிற்கு புறப்பட்டேன். ரொறொண்டோவிலிருந்து அவள் தந்திருந்த தொலைபேசி இலக்கத்தில் தொடர்புகொண்டபோது அந்த எண் இப்போது பாவனையில் இல்லை எனச் சொல்லியது. அவளது முகநூல் கணக்கும் அடையாளம் இல்லாமல் முடக்கப்பட்டிருந்தது. இவ்வளவு நெருக்கமாக சில வாரங்களுக்கு முன் பழகிய ஒருத்தி ஏன் இப்படிச் செய்கின்றாள் என வியப்பாகவும் இருந்தது. அவளது புகைப்படம் எதையாவது வைத்து யாரிடமாவது விசாரிக்கலாம் என நினைத்தபோதுதான்

நாங்கள் எந்தப் புகைப்படத்தையும் சேர்ந்து எடுக்கவில்லை என்பதும் உறைத்தது.

நான் ஒவ்வொருமுறையும் அவளைப் புகைப்படம் எடுக்க விரும்பியபோதும், அவள் ஏதேதோ காரணங்களைச் சொல்லித் தவிர்த்துக் கொண்டேயிருந்தாள். நானும் அவள் இயக்கத்தில் இருந்தவள், அதனால் ஏதேனும் பாதுகாப்புப் பிரச்சினைகள் இருக்கலாமென்று பிறகு அதிகம் வற்புறுத்தவுமில்லை. மாதங்கள் செல்லச் செல்ல நான் அவளை மறக்கத் தொடங்கியிருந்தேன். என்கின்றபோதும் தீர்க்கமுடியாப் புதிர் போல, அவள் உண்மையில் யார் என்பது எனக்குள் உறுத்தியபடி இருந்து கொண்டிருந்தது.

சிரியாவில் உள்நாட்டுப் போர் தீவிரமாகத் தொடங்கியபோது அங்கிருந்த மக்கள் பல்வேறு எல்லைகளினூடாக மேற்கு ஐரோப்பாவிற்குள் புகத்தொடங்கிய காலம் அது. சிரியா மக்கள் என்றில்லாது பல்வேறு நாடுகளில் இருந்து இடைநடுவில் தங்கி நின்ற மக்களும் அவர்களோடு கலந்து எல்லைகளைக் கடக்கத் தொடங்கியிருந்தனர். அவை குறித்த செய்திகளைத் தேடியபோது ஹங்கேரியில் இருந்து ஜேர்மனிக்குள் புகுந்த அகதிகளின், ஒரு காணொளித் துண்டை ஒரு சுயாதீன செய்தியாளர் பதிவேற்றம் செய்திருந்ததைத் தற்செயலாகப் பார்த்தேன். அந்த மக்கள் திரளுக்குள் சட்டென்று ஒரு முகம் அறிமுகமான முகம் போலத் தெரிய, இவளா என யோசனை ஓடியது. உறுதிப்படுத்துவதற்காய் காணொளியை அப்படியே நிறுத்தி, பெரிதாக்கிப் பல்வேறு கோணங்களில் அலசி ஆராய்ந்து பார்த்தேன்.

ஆம். அது நிச்சயம் அவள்தான். அவளது இடது முகப்பக்கத்தில், அவளுக்கெனத் தனித்துவமான ஒரு மச்சம் இருப்பதும், நெற்றியில் ஒரு சிறுவடு இருப்பதும் எனக்கு நன்றாக நினைவிருந்தது.

அவளை மீளக் கண்டுபிடித்து விட்டதில் எனக்கு அவ்வளவு சந்தோசமாயிருந்தது. இப்போது அவளின் படமும் சிக்கிவிட்டது. அநேகமாய் அவள் ஜேர்மனிக்கோ, சுவிஸிற்கோதான் அடைக்கலம் தேடி சிரியா அகதிகளோடு கலந்து, தானும் ஒருத்தியாய்ப் போயிருக்கவேண்டும். ஆனால் அவள் யாரென்றுதான் தெரியவில்லை என்றபோதுதான் ஆஸ்திரேலியாவிலிருக்கும் நண்பரொருவன் நினைவுக்கு வந்தான்.

115

அவனும் நானும் ஒரே பாடசாலையில் போரின் நிமித்தம் இடம்பெயர்ந்து இருந்தபோது சேர்ந்து படித்தவர்கள். நான் கனடாவிற்கு புறப்பட்ட சில வருடங்களில் அவன் இயக்கத்திற்குப் போனவன். முள்ளிவாய்க்கால் இறுதி யுத்தம்வரை அங்கே களத்திலே நின்று, தடுப்பு முகாமிற்குள் அடைத்து வைக்கப்பட்டு 'புனர்வாழ்வு' அளிக்கப்பட்டு விடுவிக்கப்பட, இனி இலங்கையிலிருந்து ஒரு மயிரும் பிடுங்கமுடியாது என ஆஸ்திரேலியாவிற்குப் படகேறியவன்.

அவனிடம் தொடர்புகொண்டு, உனக்கு இயக்கத்திலிருந்த இந்தப் பெண்ணைத் தெரியுமா எனக் காணொளியை அனுப்பிக் கேட்டேன். அவன் அதிசயமாக 'நன்றாக அவளைத் தெரியுமே' என்றான். 'நீ இயக்கத்தில் இருந்தபோது போராடியதை விட பெண்பிள்ளைகளுக்குப் பின்னால் சுழற்றிக்கொண்டுதான் அதிகம் திரிந்திருக்கின்றாய்' என அவனைச் சீண்டினேன். 'சும்மா, விசர்க்கதை கதைக்காதே. இவள் வித்தியாசமான முக அமைப்புக் கொண்டவள். அதனால் பலருக்கிடையிலும் எளிதில் இனம்பிரித்தறிய என்னால் முடிந்தது. அத்தோடு நான் கொஞ்சக்காலம் பொட்டரின் உளவுப்பிரிவில் வேலை செய்தபோது சில வேவு வேலைகளுக்கு எங்களோடு வருகின்றவள்' என்றான்.

எனக்கு இப்போது எல்லாமே குழம்பத் தொடங்கியது. நண்பன் சொல்வதைப் பார்த்தால் அவள் அங்கே நீண்டகாலம் இயக்கத்தில் இருந்திருக்க வேண்டும் போலத் தோன்றியது. மகிந்த அரசோடான சமாதானக் காலத்திலேயே, பல வருடங்களுக்கு முன் வெளிநாட்டுக்கு வந்துவிட்டாள் என அவள் சொல்லியது ஞாபகத்துக்கு வந்தது. இதையெல்லாம் இவனிடம் கேட்கவும் முடியாது. பிறகு உனக்கு இவளைப் பற்றி எப்படித் தெரியும் என்று துருவித்துருவி இவன் கேட்பான். நானும் இவளோடு திரிந்திருக்கின்றேன் என்று இவன் அறிந்தால் நிலைமை இன்னும் சிக்கலாகிவிடும்.

இயக்கத்தில் முன்னாள் இயக்கம், இந்நாள் இயக்கம் என்று என்ன வித்தியாசம் இருக்கிறது. இயக்கம் என்றால் இயக்கந்தானே. இப்பவும் வெளிநாட்டில் யார் யாரோடு சேர்ந்து கூட இயங்கிக் கொண்டிருக்கின்றார்கள் என்பதும் தெரியாது. பொட்டம்மான் இன்னும் பிரான்ஸில் உயிரோடுதான் உலாவிக் கொண்டிருக்கின்றார்

என்றொரு வதந்தியும் உலாவிக் கொண்டிருக்கின்றது. எனக்கேன் இந்த வீண் பிரச்சினையென நானும் இயக்கம் போல கவனமாக இந்த விடயத்தைக் கவனமாகக் கையாளத் தொடங்கினேன்.

'இவள் கடைசிவரைக்கும் களத்தில் ஆயுதங்களை மௌனிக்கச் செய்கின்றோம் என்று தலைமை சொல்லும்வரை எங்களோடு இருந்தவள். இறுதிக்காலத்தில் ஆர்மியிற்குத் தகவல் வழங்குகின்றவளாக மாறிவிட்டவள் என்று அம்மானின் ஆக்கள் கறுவிக்கொண்டு திரிந்ததும் நினைவிலிருக்கிறது. கொஞ்சக்காலம் இதற்காய் பங்கருக்குள் போட்டு நல்லாய்த் துவைத்து விட்டுத்தான் எடுத்தவங்கள்' என்றான் நண்பன். 'கடைசிக் காலத்தில் இயக்கத்துக்குள் நிறைய ஊடுருவல் நடந்தது தெரியும். ஆனால் எந்தப் பொம்பிளைப் பிள்ளையும் அப்படிச் செய்யவில்லை. நீ விழல்க்கதை கதைக்கிறாய்' என்று அவனை நான் இடைமறித்தேன்.

'நீங்கள் வெளிநாட்டிலை இருந்துகொண்டு இயக்கக் கொடியைத் தூக்கிக்கொண்டு ஊர்வலம் செய்ததையும், கடைசியாய் ஆனந்தபுரத் தாக்குதலை அறிந்து ஹைவேயை ரொறொண்டோவில் மறித்ததையும் தவிர ஒரு மயிரும் புடுங்கவில்லை. களத்திலை நின்ற நாங்கள்தானே எல்லாத் துயரங்களையும் துரோகங்களையும் அனுபவித்தோம்' என்றான்.

'நீ இன்னும் இயக்கம் மாதிரியே பேசுகிறாய், பக்கத்தில் இருந்தால் என்னையும் துரோகியென மண்டையில் போட்டிருப்பாய்' என நான் சொல்ல விரும்பியதை அவனுக்குச் சொல்லாமல் எனக்குள் மென்று விழுங்கினேன். ஏற்கனவே இப்படிச் சொல்லித்தான் அவளைக் கம்போடியாவில் காயப்படுத்தியதும் நினைவில் வந்து போனது.

31

ஆஸ்திரேலியாவிற்கும் கனடாவிற்கும் இருபது மணித்தியாலங் களுக்கு மேலான வித்தியாசம். ஒருநாள் எனக்கு நள்ளிரவில் நண்பனிடம் ஒரு மெஸேஜ் வர போர்வையை விலத்திப் போனைப் பார்த்தேன்.

'ஆஸ்திரியா-ஜேர்மன் எல்லையில் இருந்த அகதிகள் தற்காலிகமாகத் தங்கியிருந்த இடத்தில் கத்திக்குத்து நடந்து அவளின் ஆட்டம் குளோஸ்' என்று அந்தச் செய்தி இருந்தது. எனக்கு அதிர்ச்சியாக இருந்தது. அந்த இரவிலும் எழும்பி, நண்பனைத் தொலைபேசியில் அழைத்தேன்.

'என்னடா என்ன நடந்தது அவளுக்கு?' என்றேன் பதற்றத்துடன்.

'ஏதோ அங்கே கைகலப்பு இரண்டு குழுக்களிடையே நடக்கப் போக இவள் தடுக்கப் போயிருக்கின்றாள். தவறுதலாக குத்து ஒன்றோ இரண்டோ இவளுக்கு விழுந்திருக்கு. முகாம் எல்லையில் இருந்ததால், சிகிச்சை கொடுக்க அம்புலன்ஸ் வரவும் நேரமெடுத்திருக்கிறது. நிறைய இரத்தம் அதற்குள் போய்விட்டிருக்குப் போல' என்றான்.

எனக்கு ஏதோ பூமி சூழன்று தலைசுற்றுவது போலக் கிடந்தது. சில மாதங்களுக்கு முன்னர் உயிரோடு இருந்தவள், மிக நெருக்கமாகிப் பழகிய ஒருத்தி இப்போது சாகக் கிடக்கிறாள் என்பதை நம்பக் கடினமாகவும் இருந்தது. நெஞ்சில் இரண்டு கைகளாலும் அறைந்து மனம்விட்டு ஓவென்று அழவேண்டும் போலத் தோன்றியது.

நண்பனோடு தொலைபேசியைத் துண்டிப்போம் என நினைத்தபோது,'அவளுக்கு இதுதான் சரியான தண்டனை. எங்கடை அம்மானைத் தேடித் தாய்லாந்திற்குப் போய் கத்தியால் குத்தியுமிருக்கின்றாள். முள்ளிவாய்க்கால் காலத்திலையே அவள்

118

ஆர்மியின்ரை சைட் என்ற சந்தேகம் இருந்தது, இப்ப அம்மானைத் தீர்த்துக் கட்டுவதற்கும் இலங்கை ஆர்மிக்காரங்கள்தான் கட்டாயம் அவளை அனுப்பியிருப்பாங்கள்' என உறுதியாய்ச் சொன்னான்.

அப்படியில்லையடா, அவள் அம்மானைத் தேடிப் போனதற்கு வேறொரு காரணம் இருந்தது. அதை ஆண்களாகிய நம்மால் என்றும் புரிந்துகொள்ளவே முடியாது. சிறுவயதில் போர் எங்களைத் தீண்டாது இருந்திருந்தால் நம்மைப் போன்றவர்கள் இயக்கத்துக்குப் போயிருப்போமா? நான் வெளிநாட்டுக்குத் தப்பியோடி வந்தவன், ஆனால் நீ அப்படி இல்லை. இப்படி அர்ப்பணிப்போடு கடைசிவரை ஒரு போராளியாக இருந்ததற்கு உனக்கு ஒரு உறுதியான காரணம் இருந்ததல்லவா? அப்படித்தான் அவளுக்கும் சிறுவயதில் ஒரு வடு ஒன்று இருந்தது. நமக்குப் போராட வேண்டியதற்கு ஒரு காரணம் இருந்ததைப் போல, அவளுக்கும் தனது மாமாவைக் காயப்படுத்த ஏதோ ஒரு காரணம் இருந்திருக்கிறது. அதையும் நீ புரிந்துகொள்ளவேண்டும் என இவனிடம் சொல்ல விரும்பினேன். ஆனால் எதையும் சொல்லவில்லை.

'அவள் ஆர்மிக்காரங்களின்டை ஆளாய் இருக்கச் சாத்தியமில்லை' என்று மட்டும் சொல்லி முடித்துக்கொண்டேன்.

'அவள் ஆர்மியின் ஆள்தான். எனக்கு உறுதியாய்த் தெரியும். அதுதான் நாங்கள் அவளுக்கு அந்த அகதிமுகாமில் வைத்துச் செய்தோம், பார்த்தாய் அல்லவா' என கோபத்தைக் குரலில் கூட்டியபடி சொன்னான்.

எனக்கு நாடிகள் எங்கும் இரத்தவோட்டம் உறைந்து, எல்லா உறுப்புக்களும் எனக்குள் செயலிழந்துபோனது போலத் தோன்றியது. இவங்களுக்கு நானும் அவளோடு சேர்ந்து தாய்லாந்திற்குப் போனது தெரிந்துவிட்டால் என்னவெல்லாம் நடக்குமோ என்று நினைக்க பயம் நரம்புகளுக்குள்ளும் புகுந்து ஓடியது.

அதை வெளிக்காட்டிக் கொள்ளாமல், 'என்னடா புதுக்கதை சொல்கிறாய். நீ சொல்கிற கதையைப் பார்த்தால், உங்கடை ஆக்கள்தான் அவளுக்கு அந்த அகதி முகாமில் வைத்து ஏதோ செய்திருக்கவேண்டும் போலக் கிடக்கு' என்று நான் அலறினேன்.

'பேய்ப் பூனா... வாயைப் பொத்திக்கொண்டு கிட, ஆர்மியோடு படுத்துக் கிடந்துவிட்டு எங்கள் அம்மானைத் தேடி நாடுவிட்டு

நாடு வந்து அடித்தவளை சும்மா விடச்சொல்கிறியா, நாங்கள் இப்போதும் இயக்கந்தான்' என அவனும் திருப்பிக் கத்திவிட்டு போனை வைத்துவிட்டான்.

அதற்குப் பிறகு அவன் எனக்கு ஓர் அந்நியனாகிப் போனான். அவனோடு எவ்விதத் தொடர்புகளும் தொடர்ந்து வைத்திருக்க எனக்கு விருப்பமும் இருக்கவில்லை. அவளை உண்மையில் பழைய இயக்கக்காரர்கள் யாரையாவது வைத்து முகாமிற்குள் கொலை செய்ய முயற்சித்தனரா அல்லது தற்செயலாக அந்தக் கத்திக்குத்து நிகழ்ந்ததா என்பதும் எனக்குத் தெளிவாகத் தெரியவில்லை. இப்போது வெளிநாட்டில் இயக்கம் பல்வேறு அமைப்புக்களாய் உடைந்து யார் இயக்கத்தை ஏகபோக உரிமை எடுப்பது என்றும் தங்களுக்குள்ளேயே அடிபட்டும் கொண்டிருந்தார்கள்.

அவளின் உயிர் கடைசித் தருணத்தில் தத்தளித்துக் கொண்டிருக்கும் போது இவற்றையெல்லாம் தெரிந்துதான் இனி என்ன நடக்கப் போகின்றது.

மேலும் இவனோடு அதிகம் கதைத்து, நானும் அவளோடு சேர்ந்து தாய்லாந்து போனேன் என்பதை, தெரியாமல் இவனுக்கு உளறிவிடுவேனோ என்பதாலும் ஆஸ்திரேலியாத் தொடர்பை முற்றிலுமாகத் துண்டித்துக் கொண்டேன்.

'ஆண்களுக்கு எப்போதும் போர் தேவையாயிருக்கிறது. பெண்கள் அழிப்பதை ஒருபோதும் விரும்புவதில்லை, ஆக்குவதையே விரும்புகின்றவர்கள்' என அவள் முன்னர் சொல்லியது என் நினைவிலோடியது. நாங்கள் அழித்து அழித்து இறுதியில் எதை உருவாக்கப்போகின்றோம் என நினைக்க வெறுமை என்னை இருளாய் சூழத்தொடங்கியது. எனக்கு எதையாவது குடித்தோ அல்லது புகைத்தோ மூளையை விறைக்கச் செய்யும் இந்த நினைவுகளை அழிக்கவேண்டும் போல கைகள் உதறத்தொடங்கின.

தெருவில் இறங்கி, எனக்குத் தெரிந்த ஸ்பானிய நண்பனிடம் போய் கஞ்சா வாங்கிச் சுருட்டிப் புகைக்கத் தொடங்கினேன். புகையின் நடுவிலும் துரத்த முடியா நினைவாய் அவளே சிரித்துக்கொண்டிருந்தாள்.

ஏன் அவள் என் வாழ்விற்குள் வரவேண்டும். என்னோடு கொஞ்சக்காலம் கழித்த பின்னர் ஏன் இந்த உலகினில் இருந்தும் அவள் நீங்கிப்போக அவசரப்படவேண்டும்? நினைக்க நினைக்க

நெஞ்சு அடைக்கின்ற மாதிரி இருந்தது. புகையை நல்லாய் இழுத்து நெஞ்சினின் ஆழத்திற்குள் இறக்கி என்னை எடையிழக்கச் செய்தேன்.

அவள் இவர்கள் எவரும் நினைப்பது போன்ற ஒருத்தியல்ல. தன்னைச் சிதைத்த மாமாவிற்காகக் கூட, அவரை நீண்டகாலம் உயிர் வாழமுடியாது இந்தக் கொடும் யுத்தம் செய்துவிட்டதே என மனமிரங்கி அழுதவள். என் நெஞ்சில் முகம்புதைத்து அவள் சிந்திய கண்ணீர் துளிகள் ஒரு பரிசுத்த ஆன்மாவிலிருந்து இருந்து மட்டுமே வரக்கூடியவை.

எனக்கு அவளுக்கு நிகழ்ந்த அந்தச் சம்பவத்தைக் கேள்விப்பட்ட பிறகு இரவுகளில் தூக்கமில்லாது போகத் தொடங்கியது. எவை நித்திரையைக் கொண்டு வரக்கூடுமென்று சொன்னார்களோ அதையெல்லாம் முயன்றுபார்த்தபோதும் அதில் நான் தோற்றுக்கொண்டே இருந்தேன். தூக்கமில்லாத இரவுகளில் இந்த இருளோடு தனியே பேசிக்கொண்டிருப்பதும், வெறித்துப் பார்த்துக்கொண்டிருப்பதும் என்பதுதான் எவ்வளவு துயரமானது.

பாவங்களின் விளைநிலத்தில் என்றும் உழன்றுகொண்டிருந்த என்னைப் போன்ற ஒருவனை, நேசத்தின் கதகதப்பிற்கு அணைப்புக்களால் இழுத்துச் செல்ல அவளைத் தவிர, இந்த உலகில் வாழ்ந்து கொண்டிருக்கும் எவராலும் முடியாதே என நினைக்க என்னையறியாமலே பதட்டம் எனக்குள் திரளத் தொடங்கியது. 'உங்களால் கொல்லப்படுவதற்காக பலியாடுகளாகப் பிறந்து வந்தவர்கள் நாங்கள்' என அவள் திருப்பத் திருப்பத் தூரத்தில் பனிக்குள் மங்கலாக நின்று சொல்லிக் கொண்டிருந்தாள்.

எங்கள் பைத்தியக்காரத்தனத்தை மட்டுமில்லை பாவங்களையும் தயவு செய்து மன்னித்துக்கொள் என முழந்தாளிட்டு அவளிடம் மன்றாடும் ஒருவனாக நான் மாற விரும்பினேன். அவளது வெம்மை வழியும் நெஞ்சினில் முகம் புதைத்து, அவளின் கூந்தலை வருடாதவரைக்கும், எனக்கு இனி என்றென்றைக்குமாய் நிம்மதியான தூக்கம் இல்லை என்பது மட்டும் நன்கு புரிந்தது.

வெளியே பனிமழை பொழிந்துகொண்டிருந்தது. காற்று அதைவிட வேகமாக வீசிக்கொண்டிருந்தது. என்னால் எதையும் தெளிவாகச் சிந்திக்க முடியாது இருந்தது. நான் வசித்துக் கொண்டிருந்த பதின்மூன்றாவது மாடி அறைக் கதவைத் திறந்து

பல்கணியில் நின்று புகைக்கத் தொடங்கினேன். எனக்கு அவள் அன்றொருநாள் ஷவர் எடுத்துவிட்டு அணைத்தபோது எழுந்த வாசனை நினைவுக்கு வந்தது. அந்த முகத்து மச்சம் ஒரு தூரத்து நட்சத்திரமாய் மினுங்குவது போல அலையலையாய் எழுந்த நினைவின் மடிப்பில் தெரிந்தது.

கடைசி புகையை நன்றாக ஆழ இழுத்துவிட்டு, குளிரில் உறைந்து போகத் தொடங்கிய கைகளைத் தேய்த்தபடி பல்கணியிலிருந்து அறைக்குள் நுழைந்தேன்.

சட்டென்று அவளின் பெயரில் இருந்த முடங்கிப்போன முகநூல் கணக்கிலிருந்து மெஸெஞ்சரில் எழுத்துக்கள் மின்னத் தொடங்கின. ஆச்சரியத்துடன் போனை கையில் எடுத்து நடுங்கும் கரங்களுக்குள் வைத்துப் பார்த்தபோது, 'ஹலோ, நான் ரொறொண்டோவுக்கு வந்துவிட்டேன். உன்னைச் சந்திக்க வேண்டும்' என்றொரு செய்தி வந்திருந்தது.

32

நானும் மகளுமாக, எங்களுக்குப் பிடித்த பூங்காவினூடாக நடந்து போய்க் கொண்டிருந்தோம். இலையுதிர்காலத்தின் அவ்வளவு அழகும் இலைகளின் வர்ணங்களில் கொட்டிக் கிடந்தன. வீசும் காற்றில் விழுந்துகொண்டிருந்த மேப்பிள் இலைகளிடையே மகள் ஒரு பொன்வண்டு போலத் துள்ளியோடியபடி ஒளிர்ந்து கொண்டிருந்தாள். சருகுகளிடையே சரசரவென்று சென்றுகொண்டிருக்கும் பாம்பு போல எப்போதும் அலைந்துகொண்டிருக்கும் என் மனது ஏதோ ஓர் நிறைவை இப்போது அடைந்துவிட்டதை உணர்ந்தேன்.

எனக்கு முன்னே ஓடிக்கொண்டிருந்த என் மகள் சட்டென்று நின்று திரும்பிப் பார்த்து, ‘அப்பா நீங்கள் கனடாவுக்கு வந்தபோது இப்படித்தான் ஒரு பருவம் இருந்ததா’ எனக் கேட்டாள். ‘இல்லையம்மா, நான் வந்தபோது பனி கொட்டிக்கொண்டிருந்தது. கிறிஸ்மஸுக்கு முதல்நாள் அன்றே இங்கே முதன்முதலாக வந்து இறங்கினேன்’ என்றேன்.

அவள் இந்தத் தேசத்தில் பிறந்த பிள்ளை. பனியென்பது அவளின் ஒரு பகுதியாகவே நுழைந்து விட்டிருக்கிறது. நான் பனிக்காலத்தில் ஒவ்வொருமுறையும் வேதனையில் உழலும்போது, இவளின் அம்மாதான், ‘ஒரு விடயம் பிடிக்கவில்லையெனில் வெறுக்க முயற்சிக்காதே, கொஞ்சம் தூரத்தில் வைத்து அதைப் புரிந்துகொள்ளப் பார், ஒருபோதும் எதிர்மறையாக எவற்றையும் நினைக்காதே’ எனச் சொல்லித் தந்தவள்.

அதை நான் எந்தளவுக்குக் கற்றுத் தேர்ந்தேனோ தெரியாது, ஆனால் பனிக்காலத்தில் நானும் அவளும் ஓரிரு வாரங்களுக்கு ஏதேனும் ஒரு வெப்பவலய நாட்டுக்குப் பயணஞ் செய்துவிடுவோம். மகள் பிறந்த முதல் இரண்டு வருடங்கள் மட்டுமே இதைச்

செய்யவில்லை. அதன்பிறகு அவளையும் கூட்டிக்கொண்டு எங்கேயாவது இதமான கடற்கரை இருக்கும் ஒரு நாட்டுக்கு நாங்கள் மூவரும் போய்விடுவோம்.

இப்போது மகளுக்கு எட்டு வயதென்றாலும், அவளே எங்களை விட இந்தப் பயணங்களுக்குப் போவதற்கு முன்னுக்கு நிற்பாள். பயணங்களையும், புதிய மனிதர்களையும் அறியும் ஒருவர், பிற்காலங்களில் வாழ்க்கையில் எந்தவித தத்தளிப்புக்கள் வந்தாலும், எந்தக் கடலாயினும் எதிர்நீச்சல் செய்து தப்பிவந்து விடுவார் என்பதில் எனக்கு மிகுந்த நம்பிக்கையிருந்தது.

வழமையாக இப்படி வாரவிறுதிக் காலையில் நடக்கும்போது எங்களோடு என் துணையும் வருவாள். இன்று காலை நான் தூக்கத்தில் இருந்து எழும்பும்போது சற்றுப் பிந்திவிட்டது. அவள் அதற்குள் ஏதோ ஒரு புத்தகத்திற்குள் அமிழத் தொடங்கிவிட்டாள். புத்தகத்தோடு யன்னலோரமாய் இருந்த அவள் மீது காலை வெயில் தெறிக்க அப்படியொரு வசீகரமாய் அவள் தெரிந்தாள். நான் மகளை அவளின் அறைக்குள் சென்று எழுப்பிவிட்டு, எல்லோருக்குமான காலையுணவை ஆயத்தப்படுத்தத் தொடங்கினேன்.

புத்தகத்தில் தோய்ந்துபோயிருந்தவள், ஏதோ ஒருகணத்தில் என்னை நிமிர்ந்து பார்த்தாள். நான் அவளை இரசித்துக் கொண்டிருப்பதைக் கண்டவள், என்னை அருகில் வாவென்று சைகையால் அழைத்தாள். நெருங்கிப்போனதும் என்னை இழுத்து அணைத்தவள், தலையை மென்மையாகக் கோதத் தொடங்கினாள். எனக்குள் ஏதோ உடைந்து போனதுபோலத் தோன்றியது. அவளும் அதை உணர்ந்தவள் போல, தன்னை என் நெஞ்சுக்குள் வைத்து இறுக்கிக்கொண்டாள். வாழ்வின் இந்தளவு அலைச்சலும், தத்தளிப்புக்களும் இப்படி இன்னொரு உயிரிடத்தில் அடைக்கலந்தேடி தன்னை இழக்கத்தானோ என்ற எண்ணம் எனக்குள் மின்னிவிட்டுச் சென்றது. மகள் அறையிலிருந்து 'அம்மா' என்று கூப்பிட்டபடி வரும்வரை, எதுவுமே பேசாமல் அவள் அணைப்பில் கிறங்கி நான் கிடந்தேன்.

இப்போது எனக்கு இன்னும் உற்சாகம் கூடியிருந்தது. பிடித்த ஒரு பாடலை முணுமுணுத்தபடி மசாலா தேநீரை, காலையுணவோடு சேர்ந்து தயாரிக்கத் தொடங்கினேன். அவளுக்கு மசாலா ரீ மீது அப்படியொரு விருப்பம். சிலவேளைகளில் 'நீ தரும் முத்தங்களை

விட, உனது மசாலா ரீ அவ்வளவு சுவையானது' என்று என்னைச் சீண்டுவாள். 'நல்லவேளையாக என்னைவிட அருமையாக மசாலா ரீ தயாரிப்பவனை நீ இன்னும் சந்திக்கவில்லை. அப்படி நடந்துவிட்டால் நான் திரும்பவும் உன்னைப்போல யாரையேனும் தேடி உலகமெங்கும் அலையவேண்டியிருக்கும்' என நானும் திரும்பச் சீண்டுவேன். 'பார், இப்போது கூட, இந்த உலகியல் இன்பதுன்பங்கள் வேண்டாமென எல்லாம் துறந்துபோகப் போகின்றேன் எனச் சொல்வாய் என்று எதிர்பார்த்தால், இவ்வளவு வயதுக்குப் பிறகும் இன்னொரு பெண்ணைத் தேடிப்போகும் கள்ள எண்ணம் உடையவன் நீ என்று என்னைச் செல்லமாய்க் கைகளால் அடிப்பாள்.

இந்த நினைவுகளெல்லாம் உருண்டு திரண்டு உருக, நானும் மகளும் எங்களுக்குப் பிடித்த சிற்றாற்றுக்குப் பக்கத்தில் வந்திருந்தோம். வானம் இப்போது மெல்லிய சாம்பல் வர்ணத்தைப் போர்த்தியிருந்தது. கனடியன் வாத்துக்கள் நீரில் அசைந்தசைந்து போக, கரிய சில பறவைகள் வானத்தில் எதிர்த்திசையில் பறந்து போய்க் கொண்டிருந்தன.

நீரில் தனது கலங்கிய விம்பத்தைப் அவதானித்துக்கொண்டிருந்த மகள் சட்டென்று, 'அப்பா, நீங்கள் என் அம்மாவை எங்கே முதன்முதலாகச் சந்தித்தீர்கள்?' எனக் கேட்டாள். நான், நாங்கள் சந்தித்த இடத்தைச் சொல்ல, 'என்ன அப்பா, நீங்கள் இலங்கையில் பிறந்தவர். பின்னர் கனடாவில் வளர்ந்தவர். அப்படியிருந்தும் நீங்கள் அம்மாவை இன்னொரு நாட்டில் சந்தித்தேன் எனச் சொல்கின்றீர்கள்' எனச் சொன்னாள்.

'ஓம். சிலவேளைகளில் அதிசயங்கள் எங்கே நிகழுமென்று அவை நிகழும்வரை நாம் அறிவதில்லை' என அவளின் அம்மாவைச் சந்தித்த கதையைச் சொல்லத் தொடங்கினேன். என்கின்றபோதும் தணிக்கை செய்வதைச் செய்து, தவிர்க்க வேண்டியதை விலத்தியும் என் மகளுக்கு எங்கள் கதையின் இனிமையான பக்கங்களை நான் சொல்லிக்கொண்டு வரவும், நாங்கள் இருவரும் வீட்டைத் திரும்ப அடையவும் சரியாக இருந்தது. குதூகலமாகக் கதைத்தபடி வந்த எங்களைப் பார்த்து அவள், 'என்ன அப்பாவும் பிள்ளையும் இவ்வளவு சுவாரசியமாகக் கதைத்துக் கொண்டு வருகின்றீர்கள். என்ன கதை' என வாசித்துக்கொண்டிருந்த புத்தகத்தை மூடி வைத்தபடி கேட்டாள்.

'அம்மா, நீங்கள் இருவரும் சந்தித்த கதையைச் சொல்லிக்கொண்டு அப்பா வந்தார், கேட்க நன்றாக இருந்தது' என்று மகள் சொல்லிவிட்டு, சமையலறைக்குப் போய் தண்ணீரைக் கிளாஸில் வார்த்துக் குடிக்கத் தொடங்கினாள்.

"இவையெல்லாம் அவளுக்கு இந்த வயசில் சொல்லவேண்டிய கதைகளா?" என்று இவள் மெல்லிய குரலில் சொல்லி முறைத்தாள்.

'அனைத்தையும் சொல்லவில்லை. அவளுக்குரிய வயதில் விளங்கிக் கொள்ளவேண்டிய சில விடயங்களை மட்டும் சொன்னேன்' என்றபடி இவளுக்கு அருகில் போய் அமர்ந்து இவளின் கைகளைக் கோர்த்துக் கொண்டேன்.

'மகளுக்கு நான் என்ன சொன்னாலும், எம் புலம்பெயர் வாழ்வின் அலைச்சல்களோ, அவளின் அம்மாவின் இரணங்களோ, யுத்தத்தின் கொடூரங்களோ முழுமையாகப் புரியப் போவதில்லை. இவற்றையெல்லாம் கடந்துவந்த நாம், அவள் அதை வளர்ந்த பிறகாவது விளங்கிக் கொள்ள வேண்டுமென எதிர்பார்ப்பதிலும் எவ்வித நியாயமும் இல்லை' என்றேன்.

தண்ணீரைக் குடித்துவிட்டு எங்கள் இருவருக்குமிடையில் வந்து அமர்ந்த மகள், 'அம்மா, நீங்கள் அப்பாவை முதன்முதலில் சந்திக்கும்போது என்ன நினைத்தீர்கள்?' எனக் கேட்டாள்.

'தாய்லாந்தில், இன்னும் திருத்தமாகச் சொல்வதென்றால் தமிழ்நாட்டில் சந்திக்கும்போது, அப்போது அப்படியெதுவும் பெரிதாக நினைக்கவில்லை. ஆனால் உங்கள் அப்பாவைத் தேடிக் கனடாவுக்கு வந்தபோது, ஏதோ ஒரு நம்பிக்கை இருந்தது'

'என்ன நம்பிக்கை அம்மா?'

'உங்கள் அப்பாவோடு சேர்ந்து வாழவேண்டும், நமக்குக் குழந்தை பிறந்தால் உங்களை மாதிரி ஒரு பெண் குழந்தை பிறக்கவேண்டும் என்றெல்லாம்...'

'அம்மா, உங்கள் வாழ்வில் நீங்கள் நினைத்ததெல்லாம் நடந்திருக்கின்றது. நீங்கள் ஆசிர்வதிக்கப்பட்டவர்.'

'இல்லையம்மா, நானும் என்னைப் போன்ற ஆயிரக்கணக் கானவர்களும், நமது மொழிக்கு ஒரு தனிநாடு வேண்டும் என்று ஒரு காலத்தில் பெருங்கனவோடு போராடினோம். அது, பின்னர் பேரழிவோடு ஒரு சிறு அடையாளமும் இல்லாமல்

கலைந்து போய்விட்டது. நாம் அந்தவிடயத்தில் மட்டும் சபிக்கப்பட்டவர்கள்' எனச் சொல்ல அவளின் கண்களில் நீர் உருட்திரண்டன.

'என்ன அம்மா சொல்கின்றீர்கள். *Are you okay?*' எனச் சற்றுப் பயந்து கேட்ட மகளை அவள் அள்ளியெடுத்துக் கொஞ்சினாள். நான் அவர்கள் இருவரையும் அரவணைத்தபடி அவளின் முதுகில் ஆதூரமாய் வருடினேன்.

'என்ன இருந்தாலும், நாங்கள் தோற்றுப்போனவர்கள் இல்லையா?' என்று என்னைப் பார்த்து கலங்கிய விழிகளுடன் கேட்டாள்.

'இல்லை, மொழிக்காக ஒரு நாடு கேட்ட நாம் தோற்றிருந்தால், இன்று இந்த மொழியைச் சபித்திருப்போம். தாய்மொழியில் பேசாமலும், எழுதாமலும் எப்போதோ கைவிட்டிருப்போம். நாம் நம் மொழியினூடு இன்னும் உயிர்த்திருப்பவர்கள். நமக்குப் பின்னும், நாம் 'தமிழ்' எனப் பெயரிட்ட நமது மகள், எங்கள் மொழியை அவள் பயணிக்கும் நாடுகள் எங்கும் பெருமையுடன் கொண்டு செல்வாள், அது போதும் நமக்கு' என்று சொல்லி அவளின் நெற்றியில் முத்தமிட்டேன்.

'என்ன அப்பா இது, எனக்கு முன்னாலேயே இப்படியா...' என்று சிணுங்கியபடி கண்களை மூடினாள் மகள்.

இப்போது நாங்கள் இருவரும் தமிழின் மீது முத்தமிடத் தொடங்கினோம். அவளின் சிரிப்பில் நாங்கள் ஒருபோதும் தோற்றுப் போகாத காதலர்களாக மாறியிருந்தோம்.

❖❖❖